베트남어

고득점 전략

베트남어 고득점 전략

| 송정남 외 지음 |

HUiNE

서 언

한국외국어대학교에 베트남어과가 세워진 지가 내후년이면 50년이 된다. 1975년에 베트남이 공산화 통일이 되면서 더 이상 베트남어를 쓸 기회가 없어졌다고 세차게 폐과를 주장했던 때가 엊그제 같은데, 베트남어는 2014학년도 대학수능부터 제2외국어 과목이 될 정도로 위상이 높아졌다. 이는 1987년 베트남의 개방 이후 지금까지 우리와 베트남의 관계가 넓고 깊어지는 가운데 국내의 베트남어 수요가 많아졌기 때문이다.

우리의 베트남 투자는 지금까지의 누계나 2014년 한 해의 통계를 보더라도 2-3위이다. 심지어 2014년 우리의 무역흑자 중 30% 이상이 베트남에서 비롯됐다. 이뿐만이 아니라, 우리의 베트남 투자 기업 중 삼성이 베트남에서 생산하는 상품은 베트남 GDP의 20%을 점했다. 그동안 양국간 인적 교류도 날로 증가하여 베트남에서 활동하는 한국인과 기업은 각각 10만 명과 3,000개가 넘었다.

시장의 수요를 맞추기 위하여, 베트남어 교육은 베트남어과가 있는 기존의 2, 3개 대학뿐만 아니라 다수 대학에서 교양외국어과목으로 진행되고 있고, 이외에도 베트남어과의 유무에 상관 없이 대학의 부설기관, TV 교육방송, 사설 학원 등에서도 이뤄지고 있다. 국내의 베트남 유학생들 사이에 전해지는 "베트남인의 한국인에 대한 베트남어 교육이 최고의 아르바이트 자리다"라는 말도 베트남어 인기를 반영한다고 하겠다. 이는 한국외대 베트남어과 학생들에게도 예외는 아니다. 대학 수험생 중 베트남어를 제2외국어로 신청하는 수가 매년 수만 명인 것에 비하여, 이를 교육할 수 있는 기관이 극히 제한된 관계로 베트남어과 학생들의 베트남어 알바가 각광을 받기 때문이다. 우리 정부도 베트남어 교육의 내실화를 위하여 중학교와 고등학교에서 베트남어를 가르치게 하였다. 4년전 충남외국어고등학교의 베트남어과 설립은 그 일환 중 하나이다.

하지만, 아직 국내에는 갑자기 높아진 시장의 베트남어 수요를 충족시켜 줄 인프라가 크게 부족하다. 첫째는 베트남어를 제대로 교육할 수 있는 강사진의 부족이다. 둘째는 베트남어 교육을 위한 다양하고 체계화된 교재의 부족이다. 이 때문에 베트남어를 학습하려는 수 많은 대학 입시생과 일반인들의 고충은 크지 않을 수 없다.

이 책은 학교 등의 정규과정에서 베트남어 교육을 받을 수 없는 수많은 베트남어 수험생과 학습자들의 고충을 조금이나마 덜어주려는 목적에서 집필되었다. 이 책의 저자들은 다년간 대학에서 베트남어 교육뿐만 아니라 베트남학 교육에도 몸담고 있는 교수들로 구성되었다. 이외에도 본서의 저자들은 중학교와 고등학교의 베트남어 교과서 집필은 물론, 국내에서 실시된 각종 베트남어 시험을 출제한 경험들도 있다. 따라서 이 책은 작금의 베트남어 학습자와 수험생들의 절박한 욕구를 상당히 충족시켜 줄 것으로 기대된다.

본서의 구성은 다음과 같다. 첫째, 베트남어 학습자가 꼭 알아야 할 베트남어 어음체계 및 베트남어 문자표이다. 둘째, 20개 과로 구성된 본문과 본문의 이해를 위한 문법과 어휘 등을 설명한 해설이다. 셋째, 학습자의 본문 이해를 알아보는 단원평가이다. 넷째, 학습자가 반드시 알았으면 하는 베트남의 일반적 문화이다. 다섯째, 학습자의 단원평가가 옳은가 그른가를 확인할 수 있는 정답 및 해설이다. 여섯째, 부록이다. 학습자의 각종 시험 준비를 돕기 위해 어휘, 문법, 독해, 문화 문제로 구성된 30문항과 30문항에 대한 정답 및 구체적 해설이다.

본서의 출간과 관련하여 저자들이 학습자들에게 당부하는 바는, 본서를 하나의 시각으로만 보지 말라는 점이다. 본서가 수많은 이들의 다양한 요구를 다양한 차원에서 가치 있게 만족시킬 수 있도록 이용되기를 바랄뿐이다.

본서의 출판을 기꺼이 허락해준 한국외국어대학교 지식출판원에 고마움을 표한다. 부족한 부분은 학습자의 비평과 충고를 수렴하여 차후에 보완할 예정이다.

2015년 6월 30일

저자 일동

베트남어 어음체계 및 베트남어 문자표

1 베트남어 문자표

베트남어는 29개의 문자가 있다.

문자	명칭	발음	문자	명칭	발음
A a	a	a	N n	en-nờ	nờ
Ă ă	á	á	O o	o	o
Â â	ớ	ớ	Ô ô	ô	ô
B b	bê	bờ	Ơ ơ	ơ	ơ
C c	xê	cờ	P p	pê	pờ
D d	dê	dờ	Q q	quy	quờ
Đ đ	đê	đờ	R r	e-rờ	rờ
E e	e	e	S s	ét-sì	sờ
Ê ê	ê	ê	T t	tê	tờ
G g	giê	gờ	U u	u	u
H h	hát	hờ	Ư ư	ư	ư
I i	i ngắn	i	V v	vê	vờ
K k	ca	cờ	X x	ích-xì	xờ
L l	el-lờ	lờ	Y y	i dài	i
M m	em-mờ	mờ			

2 모음

1) 단모음

베트남어는 단모음이 12개 있다.

문자	예	문자	예
a	an	o	ong
ă	ăn	ô	ông
â	âm	ơ	mơ
e	em	u	um
ê	êm	ư	tư
i/y	im/ ý		

2) 복모음

베트남어는 형태상으로는 이중모음과 삼중모음이 있으나 발음상으로는 iê, ươ, uô 등 세 종류의 이중모음만 존재한다.

문자	예
iê/yê ia/ya	tiếng/tuyết bia/khuya
ươ/ưa	vườn/mưa
uô/ua	uống/chua

3 자음

베트남의 자음은 22개이다.

문자	예	문자	예
b	ba	ng(ngh+i, e, ê)	nga
c (k+i, e, ê; q+u)	ca	nh	nhu
ch	cha	p	pin
d (g+i)	da	ph	phải
đ	đa	r	ra
g(gh+i, e, ê)	ga	s	sa
h	ho	t	ta
kh	khá	th	tha
l	la	tr	tra
m	ma	v	va
n	na	x	xa

4 성조

베트남어는 중국어, 태국어와 같이 성조어(聲調語)이다. 베트남어는 6개의 성조가 있으며, 모든 음절은 1개의 성조를 갖는다. 베트남어는 성조의 변화에 따라 발음과 의미도 다르기 때문에 정확한 성조를 익히는 것이야말로 중요한 일이 아닐 수 없다.

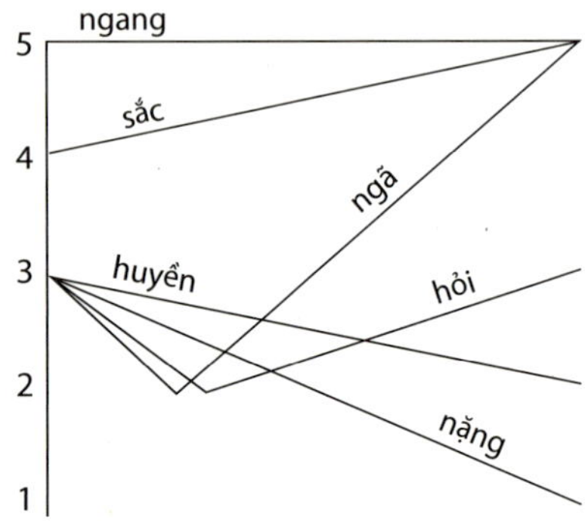

성조이름	표기	특징	예
không dấu	없음	꺾임 없는 평상음	ma 귀신
dấu sắc	´	도약하는 상승음	má 어머니
dấu huyền	`	부드럽게 내림	mà 그러나
dấu hỏi	?	힘있게 내림	mả 무덤
dấu ngã	~	꺾이는 상승음	mã 말
dấu nặng	.	짧고 강한 저음	mạ 벼, 모(母)

5 음가

1) 모음

A: /a/ 우리말 모음의 "아"와 같이 발음한다.

- anh, ra, rau

Ă: /a/ 우리말 모음의 "아"와 같이 발음하지만 A보다 짧게 발음한다.

- ăn, năm, dăm

Â: /ə/ 아래 모음 "ơ"와 같이 발음하지만 ơ보다 짧게 발음한다.

- âm, ân, đâu

E: /ɛ/ 우리말 모음의 "애"와 같이 발음한다.

- đen, nem, xe

Ê: /e/ 우리말 모음의 "에"와 같이 발음한다.

- lê, đêm, nên

I: /i/ 우리말 모음의 "이"와 같이 발음한다. 이 모음은 음의 길이가 짧게 발음되므로 "짧은 I"라고 부른다.

- im, đi, thi

Y: /i/ 모음 i와 같이 발음하지만 i보다 길게 발음한다. 이 모음은 음의 길이가 길게 발음되므로 "긴 I "라고 부른다.

- tay, bay, yêu

O: /ɔ/ 우리말 모음의 "오"와 "어"중간에 가까운 소리로 발음한다. 그러나 우리말 모음의 "오"보다 입을 크게 벌려 발음한다.

- ong, to, lo

Ô: /o/ 우리말 모음의 "오"와 같이 발음한다.

- tôi, ông, ôm

Ơ: / ∂ / 모음 Â와 같이 발음하나 Â보다는 길게 발음한다.

- cơm, hơn, mơ

U: /u/ 우리말 모음의 "우"와 같이 발음한다.

- yêu, cung, du

Ư: /-/ 우리말 모음의 "으"와 같이 발음한다.

- nhưng, thư, lưng

2) 자음

B: 우리말의 "ㅂ"의 음가를 갖는다.

- ba, bơ, bia

C (K, Q): 우리말의 "ㄲ"의 음가를 갖는다. k와 q도 이와 같은 음가를 갖는다. 자음 q는 항상 u와 결합한다.

- cua, cam, cao, kem, qua

D (Gi, R): 우리말의 "ㅈ"의 음가를 갖는다. gi와 r도 이 같은 음가를 갖는다.

- da, do, dao, gia, ra

G (GH): 우리말의 "ㄱ"의 음가를 갖는다.

- ga, gan, gây, ghi

H: 우리말의 "ㅎ"의 음가를 갖는다.

- hoa, hai, hôn

L: 우리말의"ㄹ"의 음가를 갖는다. 영어의 "L"과 같은 음이다.

- lau, lâu, lo

M: 우리말의 "ㅁ"의 음가를 갖는다.

- mang, măng, mua

N: 우리말의 "ㄴ"의 음가를 갖는다.

- năm, nơi, nôn

P: 우리말의 "ㅂ"의 음가를 갖는다. P는 항상 끝자음으로만 쓰인다.

- tập, nộp, cướp

S (X): 우리말의 "ㅆ"의 음가를 갖는다.
- sai, sinh, xa, xin

T: 우리말의 "ㄸ"의 음가를 갖는다.
- tam, tang, tôi

V: 우리말의 "ㅂ"의 음가를 갖는다. 영어의 "V"음과 같다.
- vai, vui, vuông

Đ: 우리말의 "ㄷ"의 음가를 갖는다.
- đau, đi, đông

CH (TR): 우리말의 "ㅉ"의 음가를 갖는다.
- cha, cho, trai, trên

KH: 우리말의 "ㅋ"의 음가를 갖는다.
- kho, khi, khuyên

NG (NGH): 음절의 처음에 올 경우 발음은 우리말의 "응"의 음가를 갖는다.
- ngay, ngon, nghe, nghèo

NH: 우리말의 "ㄴ"의 음가를 갖는다. 그러나 뒤에 오는 모음의 영향을 받아 반모음화 된다.
- nhau, như, nhưng

PH: 우리말의 "ㅍ"의 음가를 갖는다. 그러나 정확하게는 영어의 "f"의 음가와 같다.
- phong, phân, phương

TH: 우리말의 "ㅌ"의 음가를 갖는다.
- than, thay, theo

3) 끝자음

C: 우리말의 "ㄱ"의 음가를 갖는다.
- cuộc, nước, ác

CH: 우리말의 "ㄱ"의 음가를 갖는다. 북부 발음은 끝자음 ch가 모음 a와 결합할 때, 남부 발음과 다르게 발음 된다.
- ách, ếch, ích

M: 우리말의 "ㅁ"의 음가를 갖는다.
- năm, cam, mâm

N: 우리말의 "ㄴ"의 음가를 갖는다.
- an, đơn, đun

NG: 우리말의 "ㅇ"의 음가를 갖는다. 이 발음을 할 때는 입 안의 숨이 밖으로 새지 않도록 입을 다물면서 한다.
- đông, ông, không

NH: 북부 발음의 경우 우리말의 "잉"의 음가를 갖는다.
- anh, nhanh, ninh

P: 우리말의 "ㅂ"의 음가를 갖는다.
- tập, chụp, hộp

T: 우리말의 "ㅅ"의 음가를 갖는다.
- ít, tết, út

6 조어법

단어를 만드는 방법은 4가지가 있다.

1) 자음
- y, ý, à, ấy, ừa, ủa

2) 자음 + 모음
- ca, cá, to, cưa, kia, bia, cha, cho, chú, chưa, chia, khuya

3) 모음 + 자음
- ác, ích, uống, ông, ươn

4) 자음 + 모음 + 자음
- các, càng, khách, quyển, khiêng, ngang, kiêng, triển

※ 여기에서 모음과 자음은 각각 단모음, 복모음, 단자음, 복자음을 포함 개념이다.

Contents

베트남어

고득점 전략

Bài 01

Chào anh

Hội thoại (회화)

A: Chào chị.
안녕하세요.

B: Chào anh.
안녕하세요.

A: Chào bạn.
안녕.

B: Chào bạn. Bạn có khỏe không?
안녕. 건강하지?

A: Cảm ơn bạn. Mình khỏe. Còn bạn thế nào?
고마워. 나는 건강해, 너는?

B: Cảm ơn bạn. Mình cũng bình thường.
고마워. 나도 건강해.

A: Em chào thầy ạ.
선생님 안녕하세요.

B: Chào em.
안녕.

A: Thầy có khỏe không ạ?
선생님 건강하시죠?

B: Cảm ơn em, thầy khỏe.
고맙다, 선생님은 건강하다.

A: Em chào cô ạ.
선생님 안녕히 계세요.

B: Chào em. Em đi cẩn thận nhé!
안녕. 조심히 가거라.

A: Cảm ơn cô ạ. Hẹn gặp lại cô ạ.
감사합니다. 선생님 다시 뵙겠습니다.

B: Ừ. Tạm biệt em.
응. 잘 가.

A: Chào cậu.
안녕.

B: Chào cậu. Rất vui được gặp cậu.
안녕. 만나서 참 기쁘다.

A: Ừ. Tớ cũng rất vui được gặp cậu.
응. 나도 만나서 참 기쁘다.

chú giải (해설)

1 베트남어의 인사 표현

베트남어의 일반적인 인사 표현은 'chào + 2인칭대명사'의 형태가 있다. 베트남어의 인사 표현은 만남과 헤어짐 혹은 아침, 점심, 저녁 등의 시간에 따라 달라지지 않는다. 이외의 또 다른 인사 표현은 다음과 같은 것들이 있다.

1) '1인칭 + chào + 2인칭대명사'

- Em chào anh. 안녕하세요 형/오빠.
- Em chào chị. 안녕하세요 언니/누나.

2) '1인칭대명사 + chào + 2인칭대명사 + ạ'

- Em chào cô ạ. 안녕하세요 (여자)선생님.
- Con chào mẹ ạ. 안녕하세요 어머니.

3) 'Xin + chào + 2인칭대명사'

- Xin chào thầy. 안녕하세요 (남자)선생님.
- Xin chào anh. 안녕하세요 형님/오빠.

2 인칭대명사

베트남어의 인칭대명사는 실로 다양하다. 따라서 청자와의 관계에 따라 적절하게 인칭대명사를 사용해야 한다. 그 중의 몇 가지를 살펴보면 다음과 같다.

- 1인칭: tôi, ông, bà, bác, chú, anh, chị, em, con, thầy, cô
- 2인칭: ông, bà, bác, chú, anh, chị, em, con, thầy, cô
- 3인칭: ông ấy, bà ấy, bác ấy, anh ấy, chị ấy, nó, thầy ấy, cô ấy

3 어순

베트남어의 기본 어순은 '주어+술어+목적어/보어'이다. 술어는 동사 혹은 형용사가 올 수 있다.

- Tôi là học sinh. 나는 학생입니다.
- Tôi ăn cơm. 나는 밥을 먹습니다.
- Tôi ngủ. 나는 잠을 잡니다.
- Tôi khỏe. 나는 건강합니다.

4 'không' 혹은 'thế nào'를 이용한 의문문

1) 문장 끝에 'không' 혹은 'thế nào'을 붙이면 의문문이 된다. 'thế nào'는 사람이나 동식물의 품질과 성질, 그리고 상태를 물을 때 쓴다.

- Anh có ngủ không? 주무십니까?
- Chị thế nào? 어떠십니까?

2) '2인칭대명사 + có + 동사 혹은 형용사+ không?'의 의문문이 있다. 대답은 긍정의 경우 'có'이고, 부정의 경우 'không'이다.

- Em có ngủ không? 잠 자니?

→ Có, em ngủ. / Không, em không ngủ. 예, 잡니다. / 아니요, 자지 않습니다.

- Chị có khỏe không? 건강하세요?

→ Có, tôi khỏe. / Không, tôi không khỏe.
예, 건강합니다. / 아니요, 건강하지 않습니다.

3) 'có'를 생략할 수 있다.

- Cậu khỏe không? 건강하니?
- Em đi không? 가니?

5 'xin', 'ạ'의 용법

상대방을 높이는 차원에서 'xin'과 'ạ'를 쓴다. 'xin'은 문장 첫머리에, 'ạ'는 문장 끝에 쓴다. 'xin'은 '주체 + xin'의 형태로도 쓸 수 있다.

- Chào cô ạ. 선생님 안녕하세요.
- Em chào cô ạ. 선생님 안녕하세요.
- Xin chào cô.
- Em xin chào cô ạ.
- Thầy có khỏe không ạ? 선생님 건강하세요?

6 'được'의 용법

본문에서 'được'은 수동형으로 쓰였다. 이 경우 'được'은 'được + 동사'의 형태로 쓴다.

- Tôi rất vui được gặp anh. 뵙게 되어 참 기쁩니다.
- Tôi rất vui được biết chị. 알게 되어 참 기쁩니다.

7 'nhé'의 용법

'nhé'는 청유문에 쓴다. 이는 친근한 사이에서 윗사람이 아랫사람에게 혹은 나이와 신분이 같은 사람끼리 쓴다. 말할 때 'nhé'를 강하게 발음한다.

- Em đi cẩn thận nhé! 조심히 가거라!
- Con ngủ nhé! 자거라!

8 'cũng'의 용법

'cũng'은 비교하고자 하는 사물, 행동, 특징 간의 동일한 의미를 나타낸다. 부사와 함께 쓰일 경우 'cũng'은 그 부사 앞에 온다.

- Tôi cũng khỏe. 나도 건강합니다.
- Tôi cũng rất vui. 나 역시 매우 기쁩니다.

9 '동사 + lại'

'동사 + lại'는 미래의 어느 날 그 동사를 반복하는 경우에 쓴다.

- Hẹn gặp lại.

các biểu hiện chính (주요 표현)

만났을 때

- Chào bạn. 친구야 안녕.
- Lâu rồi không gặp bạn. 친구야 오랜만이다.

헤어질 때

- Chào bạn. 친구야 안녕!
- Bạn về nhé! 친구야 잘 가!
- Tạm biệt bạn. 친구야 잘 가.
- Hẹn gặp lại bạn. 친구야 또 만나자.

감사할 때

- Cảm ơn chị! 감사합니다!
- Không có gì! 별말씀을!

* 'Không có gì.'와 같은 표현은 'Có gì đâu.' 혹은 'Không có gì đâu.' 등이 있다.

사과할 때

A : Xin lỗi anh! 미안합니다!

B : Không sao! 괜찮습니다!

* 'xin lỗi'는 '미안합니다'라는 의미로 쓴다. 이때 'không sao' 혹은 'không sao đâu'의 형태로 대답하면 된다. 'xin lỗi'는 구어체에서 '실례합니다'라는 의미로도 쓴다.

Văn hóa (문화)

베트남 개요

국명	베트남사회주의공화국
독립일	1945년 9월 2일
위치	인도차이나반도 동부
기후	북부: 아열대 / 남부: 열대 몬순
연평균 기온	24.1℃ (한국보다 10℃ 높음)
연평균 강우량	2151㎜ (한국보다 2.4배 많음)
인구	93,421,835명 (2014년 7월)
면적	33만 341㎢
행정구역	5개의 중앙직할시와 58개의 성(省)
수도	하 노이
주요 도시	하 노이, 호찌밍, 하이 퐁, 다낭, 껀터
종족	54개 [비엣(Việt, 越)족 혹은 경(Kinh, 京)족이 90%]
언어	베트남어
문자해독률	94.2% (2011년)
화폐단위	동 (đồng, 銅, 1USD=21,780 đồng, 2015년 6월 17일)

Địa lý Việt Nam

Việt Nam là một quốc gia nằm ở phía đông bán đảo Đông Dương thuộc khu vực Đông Nam Á. Việt Nam phía bắc giáp Trung Quốc, phía tây giáp Lào và Campuchia, phía tây nam giáp vịnh Thái Lan, phía đông và phía nam giáp biển Đông và có hơn 4.000 hòn đảo.

베트남은 동남아시아에 속한 인도차이나 반도 동쪽에 위치한 국가이다. 베트남은 북쪽으로는 중국과, 서쪽으로는 라오스 및 캄보디아와, 남서쪽으로는 태국만과, 동쪽 및 남쪽으로는 동해와 접해있고 4,000개 이상의 섬을 갖는다.

베트남의 국기와 문장

붉은색 바탕의 황금별, 즉 금성홍기(金星紅旗)는 1976년 베트남 6대 국회에서 베트남사회주의공화국의 국기로 결정하였다. 국기의 홍색은 혁명을, 전통 색깔인 황색은 베트남 민족을, 황색별 5개의 모서리는 단결하는 사농공상병(士農工商兵)의 계층을 나타낸다. 같은 해 1976년부터 베트남사회주의공화국의 문장으로 결정된 문장의 둥근 모양, 홍색 바탕, 중앙의 금성은 베트남공산당, 베트남민족의 혁명, 국가의 찬란한 진보를 상징한다.

Phần giá (단원평가)

1 빈칸에 공통으로 들어갈 말로 알맞은 것은?

A : (a) chào.
B : (b) chào.

① Ạ ② Anh ③ Xin ④ Thầy ⑤ Mình

2 빈칸에 들어갈 말로 알맞은 것은?

A : Em chào thầy ______.
B : Chào em.

① ạ ② mình ③ à ④ thế nào ⑤ không

3 빈칸에 공통으로 들어갈 말로 알맞은 것은?

A : Chào bạn.
B : Chào ______. ______ có khỏe không?
A : Cảm ơn bạn. Mình khỏe.

① em ② tớ ③ anh ④ bạn ⑤ mình

4 빈칸에 들어갈 말로 알맞은 것은?

A : Anh có khỏe không?

B : Cảm ơn em, anh khỏe. Còn em thế nào?

A : Cảm ơn anh. Em ______

① thế nào?

② cảm ơn.

③ chào anh.

④ bình thường.

⑤ có khỏe không?

5 빈칸에 들어갈 말로 알맞은 것은?

A : Anh ______ vui được gặp em.

B : Em cũng vui.

① cũng ② rất ③ lắm ④ quá ⑤ có

6 빈칸에 들어갈 말로 알맞은 것을 <보기>에서 고른 것은?

A : Anh cảm ơn em.

B : ______.

<보기>

a. Chào em.	b. Không sao.
c. Có gì đâu.	d. Không có gì.

① a, b ② a, d ③ b, c ④ b, d ⑤ c, d

7 빈칸에 들어갈 말로 알맞은 것은?

A : ______________.

B : Không sao.

① Cảm ơn em

② Xin lỗi anh

③ Không có gì

④ Bạn khỏe lắm

⑤ Thầy bình thường

8 빈칸에 들어갈 말로 알맞은 것은?

A : Chào anh!

B : Chào em! Tạm biệt em!

A : ______________.

① Cô rất khỏe.

② Mình vui quá!

③ Hẹn gặp lại anh!

④ Thầy cũng khỏe.

⑤ Em cũng vui lắm.

9 다음의 문장을 베트남어로 옮기시오.

a. 고맙습니다. ______________

b. 미안합니다. ______________

10 다음의 문장을 의문문으로 만드시오.

a. Anh khỏe. ______________

b. Anh vui. ______________

Bài 02

Bạn tên là gì?

Hội thoại (회화)

A: Bạn tên là gì?
이름이 무엇이니?

B: Tên mình là Min-su.
민수야.

A: Tên chị là gì?
이름이 무엇입니까?

B: Tên tôi là Na-mi. Còn tên anh là gì?
나미입니다. 당신은?

A: Tên tôi là Minh.
내 이름은 밍입니다.

A: Em là người nước nào?
어느 나라 사람이지?

B: Em là người Hàn Quốc.
저는 한국인입니다.

A: Chào cậu. Rất vui được gặp cậu.
안녕. 만나서 참 반갑다.

B: Chào cậu. Tên tớ là Mi-na. Còn tên cậu là gì?
안녕. 나는 미나다. 이름이 뭐니?

A: Tên tớ là Minh. Tớ là người Việt Nam. Còn cậu?
나는 밍이다. 나는 베트남인인데. 너는?

B: Tớ là người Hàn Quốc.
나는 한국인이다.

Chào tất cả các bạn.
여러분 안녕하세요.

Mình xin tự giới thiệu.
저를 소개하겠습니다.

Mình tên là Na-mi.
저는 나미입니다.

Mình là người Hàn Quốc.
저는 한국 사람입니다.

Mình đến từ thành phố Seoul.
저는 서울에서 왔습니다.

Rất mong nhận được sự giúp đỡ của các bạn.
여러분의 도움을 간절히 받기 원합니다.

chú giải (해설)

1 'là'의 용법

'là' 주로 'A là B'의 문형으로 사용된다. 영어의 be동사처럼 '…이다'라는 뜻을 갖는다.

- Em là sinh viên.
- Đây là người Pháp.

2 의문사 'gì', 'nào'

문장 끝에 'gì'와 'nào'를 붙이면 의문문이 된다. 'gì'와 'nào'는 각각 '무엇'과 '어느'라는 의미를 갖는다.

- Tên anh là gì?
- Cậu là người nước nào?

3 'tất cả + 명사'

'tất cả'는 '모두'라는 의미를 갖는다. 'tất cả + 명사'의 형태로 쓰여 '모든 명사'라는 뜻을 갖는다. 'các +명사'의 형태로도 쓸 수 있다.

- tất cả các trường đại học
- tất cả sách vở
- cả gia đình
- cả học sinh

4 'tự + 동사'

'tự + 동사'는 주체가 그 누구의 도움이 없이 스스로 동사를 행할 때 쓴다.

- Tôi xin tự giới thiệu.
- Tôi tự học tiếng Việt.

5 'sự + 동사'

'sự'는 동사 앞에 와서 그 동사를 명사형으로 만든다. 'cuộc +동사'의 형태도 있다.

- sự học
- cuộc họp

6 'của'의 용법

'của'는 '…의' 의미의 소유격이다.

- sự giúp đỡ của các bạn
- sách của tôi

7 '피수식어 + 수식어'

베트남어는 영어와 달리 수식어가 피수식어 뒤에 온다.

- người Hàn Quốc 한국인
- tiếng Việt 베트남어
- trường đại học 대학교
- người đẹp 아름다운 사람

8 국명

국명	베트남어 국명	국명	베트남어 국명
한국	Hàn Quốc	중국	Trung Quốc
베트남	Việt Nam	일본	Nhật Bản
미국	Mĩ	프랑스	Pháp
영국	Anh	독일	Đức

Các biểu hiện chính (주요 표현)

이름 관련 표현

A: Tên chị là gì?

B: Tên tôi là Minh.

A: Chị tên là gì?

B: Tôi tên là Mi-na.

국적 관련 표현

A: Anh là người nước nào?

B: Tôi là người Trung Quốc.

직업 관련 표현

A: Chị làm nghề gì?

B: Tôi là giáo viên.

소개할 때

Tôi xin giới thiệu các bạn mới. Đây là bạn Min-su. Bạn này là người Hàn Quốc. Còn đây là bạn Han-na. Bạn này cũng là người Hàn Quốc.

Văn hóa (문화)

베트남 민족과 특징

베트남 민족은 54개 종족으로 구성되었다. 이 중 90%의 최대 다수를 차지하는 월(Việt, 越)족 혹은 경(Kinh, 京)족의 경우는 베트남 북부와 중국 양자강 이남의 광서, 광동 등의 지역에 널리 분포하여 거주했던 백월족(百越族)이다.

베트남인들은 일찍부터 유입된 유교에 의하여 효, 예, 도덕, 의, 지, 신을 처세의 덕목으로 삼았다. 여기에 베트남은 가족 안에 개인이 무시되는 철저한 가족중심주의 사회로서 가장 혹은 족장에 의해서 움직여지는 효행중심주의사회였다. 베트남인은 신앙심이 깊어 조상숭배와 종교에 심취했다.

사적이든 공적이든 일단 어떠한 명분이 주어지면 그 명분을 향해 최선을 다하기도 한다. 이 명분이 사적으로 표현될 때는 단단한 가족과 친족중심으로, 반대로 공적으로 나타날 때는 무서운 공동체로 표출된다. 때문에 일상생활 속에서는 우유부단하고 서로간의 화합이 부족해 보이나, 큰 재난 앞에서는 사심을 버리고 굳게 뭉치거나 서로 인정해주는 자기희생적인 민족근성이 드러난다.

베트남의 국기와 문장

Từ năm 179 trước Công nguyên, người Việt bị Bắc thuộc nên đã dùng chữ Hán nhưng sau này tự tạo chữ viết riêng là chữ Nôm. Tuy nhiên chữ Hán vẫn là ngôn ngữ chính thức được dùng trong hành chính và giáo dục. Từ khoảng thế kỷ thứ 16 các giáo sĩ truyền giáo đến từ phương Tây dùng chữ cái Latin để ghi âm tiếng Việt. Từ đó xuất hiện chữ Quốc Ngữ được sử dung rông rãi ngày nay.

기원전 179년부터 경족은 중국에 병합되었기 때문에 한자를 사용하였지만 이후에 놈자라는 개별 문자를 만들었다. 그렇지만 한자는 여전히 행정과 교육에서 사용된 정식 언어였다. 16세기부터 서양에서 왔던 선교사들은 베트남어를 기록하기 위한 라틴어를 사용하였다. 그 때부터 오늘날 널리 사용되는 국어가 출현하였다.

Phần giá (단원평가)

1 빈칸에 들어갈 말로 알맞은 것은?

> A: Anh tên là ______?
>
> B: Tôi tên là Minh.

① ạ ② à ③ nào ④ gì ⑤ không

2 빈칸에 공통으로 들어갈 말로 알맞은 것은?

> A: Chào chị. Tôi rất vui ______ gặp chị.
>
> B: Chào anh. Tôi cũng rất vui ______ gặp anh.

① là ② chị ③ được ④ hẹn ⑤ còn

3 빈칸에 들어갈 말로 알맞은 것을 <보기>에서 고른 것은?

> A: Tôi là người Hàn Quốc. ______?
>
> B: Tôi là người Trung Quốc.

<보기>

a. Còn anh	b. Anh đến từ nước nào
c. Thế nào	d. Anh là người nước nào

① a, b ② a, d ③ b, c ④ b, d ⑤ c, d

4 빈칸에 들어갈 말로 알맞은 것은?

A: Tôi là người Việt Nam.
B: Tôi ______ là người Việt Nam.

① tự ② cũng ③ gặp ④ xin ⑤ không

5 빈칸 (a)와 (b)에 들어갈 말로 알맞은 것은?

A: Bạn là người nước (a) ?
B: Mình là người Việt Nam. (b) ?
A: Mình là người Hàn Quốc.

(a) (b)
① gì - thế nào
② gì - còn cậu
③ nào - còn cậu
④ nào - còn gì
⑤ nào - thế nào

6 빈칸에 들어갈 말로 알맞은 것은?

> Chào các bạn.
>
> ______________.
>
> Tên tớ là Minh.
>
> Tớ là người Việt Nam.
>
> Rất vui được gặp các bạn.

① Tớ xin tự giới thiệu

② Đây là Min-su

③ Tạm biệt

④ Hẹn gặp lại

⑤ Tớ giới thiệu

7 빈칸에 들어갈 말로 알맞은 것은?

> A: Anh làm nghề gì?
>
> B: ______________.

① Tôi là người Trung Quốc

② Tôi là giáo viên

③ Không sao

④ Tôi tên là Minh

⑤ Tôi đến từ Việt Nam

8 빈칸에 들어갈 말로 알맞은 것은?

A: Chào cậu. Tên tớ là Minh. ______________ ?

B: Tên tớ là Han-na. Tớ là người Trung Quốc.

① Cậu có khỏe không

② Còn thế nào

③ Cậu làm nghề gì

④ Còn cậu là người nước nào

⑤ Cậu là người Trung Quốc phải không

9 다음의 문장을 베트남어로 옮기시오.

a. 어느 나라에서 오셨습니까?

b. 저를 소개하겠습니다.

10 다음의 대답이 나오도록 의문문을 만드시오.

a. Tên tớ là Minh. ______________

b. Em là người Nhật Bản. ______________

Bản ghi nhớ

Bài 03

Anh sống ở Seoul, phải không?

Hội thoại (회화)

A: Anh sống ở Seoul, phải không?
형/오빠는 서울에 사시죠, 그렇죠?

B: Phải. Anh sống ở Seoul. Còn em?
맞아. 형/오빠는 서울에 살아. 너는?

A: Nhà em ở Incheon anh ạ.
저의 집은 인천에 있어요, 형/오빠.

B: Em làm việc ở đó à?
너는 거기서 일하니?

A: Không ạ. Em làm việc ở Suwon ạ.
아니요. 저는 수원에서 일해요.

A: Em có thấy cái bút đỏ của chị ở đâu không?
너 언니/누나 빨간색 펜을 못 봤니?

B: Không, em không biết.
아니요. 저는 모르겠어요.

A: Chị để nó ở trong quyển sách tiếng Việt. Nhưng bây giờ không thấy quyển sách đâu.
언니/누나가 책 속에 펜을 뒀어. 그런데 지금 책이 보이지 않네.

B: Thế ạ? Em thấy quyển sách ở trên bàn.
그래요? 책상 위에 책이 있었어요.

A: Chị tìm thấy rồi. Cảm ơn em!
찾았어. 고마워!

B: Không có gì ạ.
뭘요.

chú giải (해설)

1 'phải không'이 문장 끝에 쓰이면 '맞습니까?' 혹은 '그렇죠?'라는 의미의 의문문이 된다. 대답은 긍정의 경우 Dạ phải, 부정의 경우 Không phải이다.

※ ~ phải không?의 문형

주어 + 서술어 + phải không? Em gặp anh Kim phải không? 너 김 형/오빠 만났지 그렇지?	Dạ phải, 주어 + 서술어 Không phải, 주어 + không + 서술어
	Dạ phải, em gặp anh Kim. Không phải, em không gặp anh Kim.
주어 + là + 명사 + phải không? Anh là sinh viên phải không? 형/오빠는 대학생이지요 그렇죠?	Dạ phải, 주어 + là + 명사 Không phải, 주어 + không phải là + 명사
	Dạ phải, anh là sinh viên. Không phải, anh không phải là sinh viên.

2 'ở' 는 '~에', '에 있다', '~에 살다'의 의미로 사용된다.

- Cái bút ở trên bàn. 펜은 테이블 위에 있다.
- Nhà anh ở Busan. 형/오빠 집은 부산에 있다.
- Anh ở Việt Nam được hai năm rồi. 형/오빠는 베트남에 산 지 2년 되었다.

3 위치, 방향을 나타내는 전치사

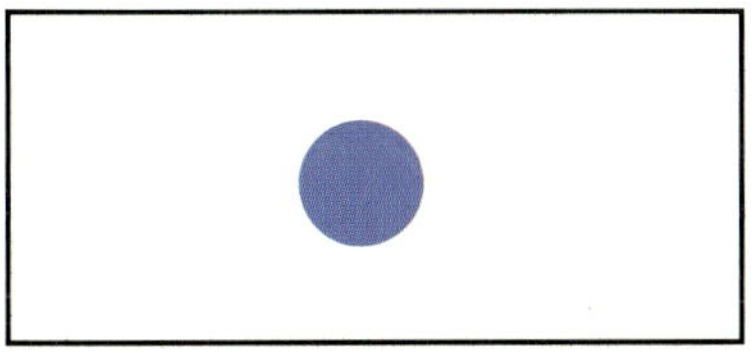

trong (안에)

trên (위에)

dưới (아래에)

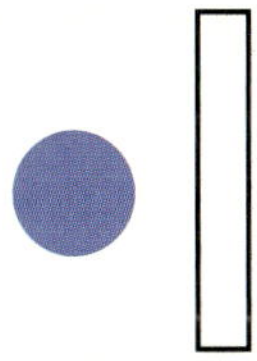

trước (앞에)

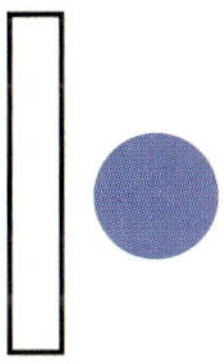

sau (뒤에)

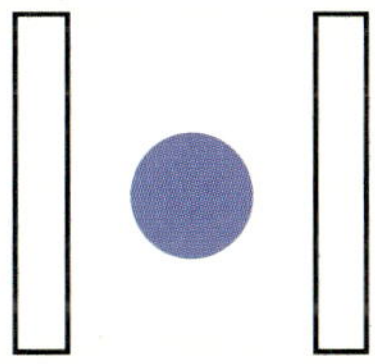

giữa (사이에)

bên phải, phía phải(오른쪽)

bên trái, phía trái(왼쪽)

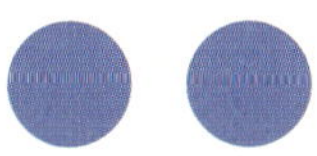

bên cạnh(옆)

Văn hóa (문화)

Các dân tộc ở Việt Nam - 베트남의 종족

베트남의 인구는 2014년 현재 9천만 명을 넘었다. 베트남은 54개의 종족으로 구성된 다종족 국가이다. Kinh족 또는 Việt족으로 불리는 종족이 전체 인구의 85%이상을 차지하고, 나머지는 Tày, Thái, Mường, Hoa, Nùng 등의 소수종족으로 구성되어있다.

Người Kinh sống trên khắp các vùng lãnh thổ, nhưng chủ yếu ở vùng đồng bằng và tại các thành phố. Ngoài người Hoa, người Chăm, người Khmer, hầu hết các dân tộc ít người sống tại miền núi và vùng trung du.

낑족은 국토의 전역에서 거주하지만 주로 평야나 크고 작은 도시에서 산다. 화교, 참족, 크메르족을 제외한 대부분의 소수종족들은 산간이나 구릉지역에 거주한다.

Chữ viết của người Việt - 베트남인의 문자

Tiếng Việt là ngôn ngữ của người Việt chiếm khoảng 85% dân số Việt Nam đồng thời là ngôn ngữ chính thức tại Việt Nam. Tiếng Việt còn là ngôn ngữ thứ hai của các dân tộc ít người ở Việt Nam. Tiếng Việt chịu ảnh hưởng của nhiều ngôn ngữ, nhưng chủ yếu là của tiếng Hán và tiếng Pháp. Trong tiếng Việt có khoảng hơn 70% vốn từ vựng có nguồn gốc từ tiếng Hán và một phần đáng kể từ tiếng Pháp.

베트남어는 베트남인의 85%를 차지하는 월족의 언어이자 베트남의 공식 언어이다. 베트남어는 베트남 소수종족들의 제2의 언어이기도 하다. 베트남어는 여러 언어의 영향을 받았지만, 주로 한어와 불어의 영향을 받았다. 베트남어는 한자에 뿌리를 둔 어휘가 70% 이상이다. 일부는 프랑스어에 뿌리를 두고 있다.

Phần giá (단원평가)

1 빈칸에 들어갈 말을 찾으시오.

Tôi ngồi ______ bàn.

① đi ② về ③ trong ④ trước ⑤ khoảng

2 빈칸에 들어갈 말을 찾으시오.

Có hoa quả ______ bàn.

① bên ② trai ③ trên ④ phải ⑤ xuống

3 빈칸에 들어갈 말을 찾으시오.

Có một cô giáo ở ______ lớp.

① đi ② vào ③ quay ④ trong ⑤ khoảng

4 빈칸에 들어갈 말을 찾으시오.

______ bàn có một con mèo.

① về ② đến ③ dưới ④ sang ⑤ phải

❺ 빈칸에 들어갈 말을 찾으시오.

Thầy giáo đứng ở ______ tôi và bạn tôi.

① bố ② bạn ③ giữa ④ trên ⑤ khoảng

[6~8] 주어진 문장을 의문문은 평서문으로, 평서문은 의문문으로 바꾸시오.

❻ Em làm việc ở Busan, phải không?

❼ Em thấy quyển sách ở trên bàn.

❽ Chị tìm thấy nó không?

9 지문을 참고하여 Nam이 앉은 자리를 찾으시오.

Linh ngồi bên phải Kim. Lan ngồi sau Linh. Mi - na ngồi bên trái Lan. Su-mi ngồi bên cạnh Lan. Hiền ngồi sau Su-mi. Nam ngồi phía trái Hiền và bên cạnh Nga.

	앞	
A	Linh	B
C	D	E
F	G	H

10 대화의 내용으로 알 수 있는 것은?

A : Anh sống ở đâu?
B : Nhà anh ở thành phố Incheon. Còn em?
A : Em cũng sống ở Incheon.
B : Vậy em làm việc ở Incheon à?
A : Không ạ. Em làm việc ở Seoul anh ạ.
B : Anh cũng như em. Anh cũng làm việc ở Seoul.

① B는 서울에 살고 있다.
② B는 인천에서 일하고 있다.
③ A는 서울에 살고 있다.
④ A는 B와 서로 알고 있는 사이다.
⑤ A와 B는 모두 서울에서 일하고 있다.

Bản ghi nhớ

Bài 04

Bây giờ là mấy giờ?

Hội thoại (회화)

A: Bạn đi đâu đấy?
너 어디 가니?

B: Mình đang đến trường. Bây giờ là mấy giờ?
나 지금 학교 가. 지금 몇 시니?

A: Bây giờ là 2 giờ rưỡi. Bạn có việc gì?
지금 2시 반이야. 무슨 일 있니?

B: Mình có hẹn gặp thầy Minh trước thư viện lúc 3 giờ.
3시에 밍 선생님과 도서관 앞에서 만나기로 했어.

A: Vậy, bạn đi nhanh đi. Nếu không thì muộn đấy!
그럼 너 빨리 가야겠어. 그렇지 않으면 늦을 거야.

B: Ừ. Gặp bạn sau nhé!
그래 다음에 만나!

A: Hôm nay là ngày mùng mấy?
오늘은 며칠이니?

B: Hôm nay là ngày mùng 5.
오늘은 5일이야.

A: Vậy, hôm nay là thứ mấy?
그러면 오늘은 무슨 요일이니?

B: Hôm nay là thứ 7. Anh có việc gì à?
오늘은 토요일이야. 무슨 일 있어?

A: Tối nay anh có hẹn đi xem phim với bạn.
오늘 저녁에 친구와 영화를 보러 가기로 약속했어.

B: Thích quá nhỉ!
좋겠네!

A: Hôm nay là ngày bao nhiêu?
오늘은 며칠이니?

B: Hôm nay là ngày 13, sao bạn?
오늘은 13일이야, 왜?

A: Còn 2 hôm nữa là sinh nhật của mẹ mình.
이틀 뒤면 우리 엄마 생일이야.
Và một tuần sau sinh nhật của mẹ sẽ là sinh nhật của mình.
그리고 엄마 생일 일주일 뒤면 내 생일이야.

B: Thế à! Chúc mừng nhé.
그래! 축하해.

chú giải (해설)

1 'mấy'와 'bao nhiêu'의 용법

'mấy'와 'bao nhiêu'는 '모두 얼마입니까'라는 의미로 사용된다. 전자는 상대적으로 적은 수(시간, 달, 나이, 학년)를, 후자는 상대적으로 많은 수(날짜, 나이, 물건의 가격)를 묻는 경우에 사용된다.

- Cháu mấy tuổi? → Cháu sáu tuổi ạ.

- Anh bao nhiêu tuổi? → Năm nay tôi 35 tuổi.

2 'ngày + 수', 'tháng + 수', 'năm + 수'

이 형태는 '날짜'를 나타낸다. 그러나 '수 + ngày', '수 + tháng', '수 + năm'는 '시간의 양'을 나타낸다.

- Tôi đến Việt Nam 2 tháng rồi.
  나는 베트남에 온 지 2개월 되었다.

- Hôm nay là ngày 26 tháng ba năm 2015.
  오늘은 2015년 3월 26일이다.

※ 4월은 tháng bốn이 아닌 tháng tư(한자어 어원의 숫자)로 표현한다.

3 요일에서 월요일부터 토요일까지는 'thứ + 수'의 형태로 표현한다. 유일하게 일요일은 'chủ nhật'으로 표현한다.

월요일	화요일	수요일	목요일	금요일	토요일	일요일
thứ 2 (thứ hai)	thứ 3 (thứ ba)	thứ 4 (thứ tư)	thứ 5 (thứ năm)	thứ 6 (thứ sáu)	thứ 7 (thứ bảy)	chủ nhật

※ 수요일은 'thứ + tư'(한자어 어원의 숫자)로 표현한다.

4 'A 하면 B한다'라는 가정문은 'Nếu A thì B'의 형태로 쓴다.

- Nếu ngày mai có thời gian thì tôi sẽ đi xem phim với bạn.
  내일 시간이 있으면, 나는 친구와 영화를 보러 갈 거야.

- Nếu bạn không đến trường bây giờ thì sẽ muộn.
  지금 학교에 가지 않으면 늦을 거야.

5 'đi'의 용법

'đi'는 동사로 '가다'의 의미이나 문장 끝에 사용되면 권유 또는 가벼운 명령의 의미를 갖는다.

- Chị sẽ đi Việt Nam vào tuần sau.
  언니/누나는 다음 주에 베트남에 갈 거야.

- Em ăn nữa đi!
  더 먹어라!

Văn hóa (문화)

Áo dài - 아오자이

Áo dài là một loại trang phục truyền thống của Việt Nam, dành cho cả nam và nữ. Ngày nay, áo dài thường chỉ được mặc vào các dịp đặc biệt như ngày đám cưới, lễ hội … nhưng nhiều trường học ở miền Nam và miền Trung nữ học sinh cũng mặc áo dài khi đi học.

아오 자이는 베트남의 전통 복식으로 남녀 모두를 위한 복식이다. 오늘날 아오 자이는 일반적으로 결혼식, 축제 등과 같은 특별한 날에 입지만 남부와 중부 지역의 많은 학교에서는 여학생들이 학교에 갈 때도 입는다.

Hệ thống giáo dục ở Việt Nam - 베트남의 교육

베트남의 공적 교육체계는 0~6세를 대상으로 하는 유아원, 유치원, 5년 과정의 초등학교, 4년 과정의 중학교, 3년 과정의 고등학교와 3~4년 과정의 실업/직업 학교로 이루어진 보통 교육기관과 전문대, 대학교로 이루어진 고등 교육기관으로 구성되어 있다. 이 중 만 6세부터 취학이 가능한 초등 과정만이 의무교육이다. 베트남인들도 우리와 같이 자녀들의 학업에 높은 기대와 관심을 가지고 있다. 따라서 상위권 대학의 인기 학과에 입학하기 위한 입시 경쟁이 매우 치열하여 오늘날 공교육기관에서의 학습 이외에 학원, 과외 등 사교육시장이 급속도로 커지고 있다.

베트남의 교육체계

취학 연령	교육 기관명	교육 기간
3개월~3세	Nhà trẻ (유아원)	1년
3세~6세	Mầm non (유치원)	3년
6세	Tiểu học (초등학교)	5년
11세	Trung học cơ sở (중학교)	4년
15세	Trung học phổ thông (고등학교)	3년
	Trung cấp chuyên nghiệp (실업/직업학교)	3~4년
18세	Cao đẳng (전문대)	3년
	Đại học (대학교)	4년

Phần giá (단원평가)

1 빈칸에 들어갈 말로 알맞은 말을 찾으시오.

> A : Hôm nay là thứ bảy.
> B : Ngày mai là ________.

① thứ hai ② thứ ba ③ thứ tư ④ thứ sau ⑤ chủ nhật

2 빈칸에 들어갈 말로 알맞은 말을 찾으시오.

> Tháng sau là tháng tư.
> Tháng này là ________.

① tháng một ② tháng hai ③ tháng ba ④ tháng năm ⑤ tháng sáu

3 빈칸에 들어갈 말로 알맞은 말을 찾으시오.

> Năm nay là năm 2015.
> Năm ngoái(trước) là năm ________.

① 2012 ② 2013 ③ 2014 ④ 2015 ⑤ 2016

[4~7] 다음을 베트남어로 옮기시오.

❹ 오늘은 무슨 요일입니까?

❺ 오늘은 며칠입니까?

❻ 올해 저는 25살입니다.

❼ 2달 후에 나는 베트남에 갈 것이다.

❽ 지문을 참고하였을 때 나의 생일은?

Hôm nay là ngày 16 tháng 6, sinh nhật của chị gái mình. Còn một tuần nữa là sinh nhật của mình và đúng một tháng sau sinh nhật của mình là sinh nhật của mẹ mình.

① 5월 23일　② 6월 16일　③ 6월 23일　④ 7월 23일　⑤ 8월 29일

9 빈칸에 들어갈 말을 <보기>에서 찾아 문맥에 맞게 배열하시오.

A : Hôm nay là thứ mấy chị?

B :

A :

B : Thế à? Em đã chuẩn bị quà sinh nhật cho bố chưa?

A :

<보기>

a. Có ạ. Hôm đó là sinh nhật của bố.

b. Chưa ạ. Hôm nay em định đi mua quà.

c. Hôm nay là thứ 6. Chủ nhật này em có việc gì không?

10 글의 내용으로 알 수 있는 것은?

A : Bạn đi đâu đấy?

B : Mình đang đến thư viện trường. Mấy giờ rồi?

A : Bây giờ là 2 giờ rưỡi. Bạn có việc gì à?

B : Mình có hẹn gặp thầy Minh trước thư viện lúc 3 giờ.

① B는 3시에 약속이 있다.

② A는 도서관에 가는 중이었다.

③ B는 친구를 만나러 학교에 간다.

④ A는 B가 가고자 하는 곳을 알고 있다.

⑤ A 는 B와 함께 선생님을 만나기로 했다.

Bài 05

Gia đình em có mấy người?

Hội thoại (회화)

A: Mi-na ơi, gia đình em có mấy người?
미나야, 너희 집 가족은 몇 명이니?

B: Gia đình em có 4 người: bố, mẹ, chị gái và em.
저희 집 가족은 아버지, 어머니, 누나/언니 그리고 저 4명이에요.

A: Bố mẹ em làm nghề gì?
부모님의 직업은 무엇이니?

B: Bố em là kĩ sư xây dựng còn mẹ em là y tá ạ.
저희 아버지는 건설 엔지니어이고 어머니는 간호사예요.

A: Còn chị gái em làm nghề gì?
그러면 너의 누나/언니의 직업은 무엇이니?

B: Chị gái em là giáo viên phổ thông trung học.
저의 누나/언니는 고등학교 선생님이에요.

A: Thế à! Chị ấy đã có gia đình chưa?
그래! 누나/언니는 결혼 했니?

B: Dạ rồi ạ. Chị em đã có hai cháu rồi.
네 결혼 했어요. 애가 둘 이에요.

Thầy có mấy con ạ?
선생님은 애가 몇이에요?

A: Thầy mới lập gia đình, chưa có con em.
선생님은 결혼한 지 얼마 되지 않아서 애가 없어.

chú giải (해설)

1 수

1) 고유어 수

0	không, linh	11	mười một
1	một	12	mười hai
2	hai	13	mười ba
3	ba	14	mười bốn
4	bốn	15	mười lăm
5	năm	16	mười sáu
6	sáu	17	mười bảy
7	bảy	18	mười tám
8	tám	19	mười chín
9	chín	20	hai mươi
10	mười	21	hai mươi mốt
100	trăm (백)	1.000	ngàn/nghìn (천)
10.000	mười ngàn/nghìn (만)	100.000	một trăm ngàn/nghìn (십만)
1.000.000	một triệu (백만)	1.000.000.000	một tỉ (십억)

※ 십의 자리가 2 이상인 수의 일의 자리에 오는 '**năm**(5)'은 '**lăm**'으로 철자가 바뀌고, 십의 자리가 2 이상인 수에서 '**mười**(10)'은 '**mươi**'로 바뀐다. 이때 일의 자리에 오는 '**một**'은 성조가 '**mốt**'으로 바뀌는 것에 주의해야 한다.

※ 서수를 나타낼 때에는 '**thứ** + 고유어 수'를 붙이면 된다. 그러나 첫째와 넷째의 경우는 '**thứ một**'과 '**thứ bốn**'이 아니고 '**thứ nhất**'과 '**thứ tư**'이다.

※ 수에서 세 자리 마다 쉼표 ','를 사용하는 우리나라와 달리 베트남은 마침표 '.'을 사용한다. 소수점을 나타낼 때는 반대로 쉼표 ','를 사용한다.

- Một trăm nghìn đồng 십만동 → 100.000 đồng
- Một triệu 백만 → 1.000.000
- 0,17 → Không phẩy một bảy

2) 한월어 수

일	nhất	육	lục
이	nhì	칠	thất
삼	tam	팔	bát
사	tứ	구	cửu
오	ngũ	십	thập

※ 한월어 수의 서수는 'đệ + 한월어 수'를 붙이면 된다.

2 'làm + 직업명'은 '~라는 직업을 가지고 있다', '종사하고 있다'라는 의미이다.

- Tôi làm ca sĩ. 나는 가수다.
- Chị ấy làm giáo viên trường phổ thông trung học. 그녀는 고등학교 선생님이다.

3 베트남어에서 '혼인하다는 'lập gia đình', 'lấy vợ/chồng', 'kết hồn' 등의 형태로 다양하게 표현한다.

- Anh ấy lập gia đình chưa? 그는 결혼을 했나요?
- Chị ấy lấy chồng rồi phải không? 그녀는 결혼을 했죠 그렇죠?
- Hai anh trai của mình đã kết hôn lâu rồi. 나의 두 오빠/형은 결혼한 지 오래되었다.

4 문장 끝이 '인칭대명사 + ạ'의 형태가 되면 화자가 청자에 친근감을 나타내는 표현이 된다.

- Em cũng sẽ đi anh ạ. 저도 갈거예요 오빠/형.
- Anh đã ăn rồi em ạ. 오빠/형은 밥을 먹었어.

5 가족 사이의 호칭

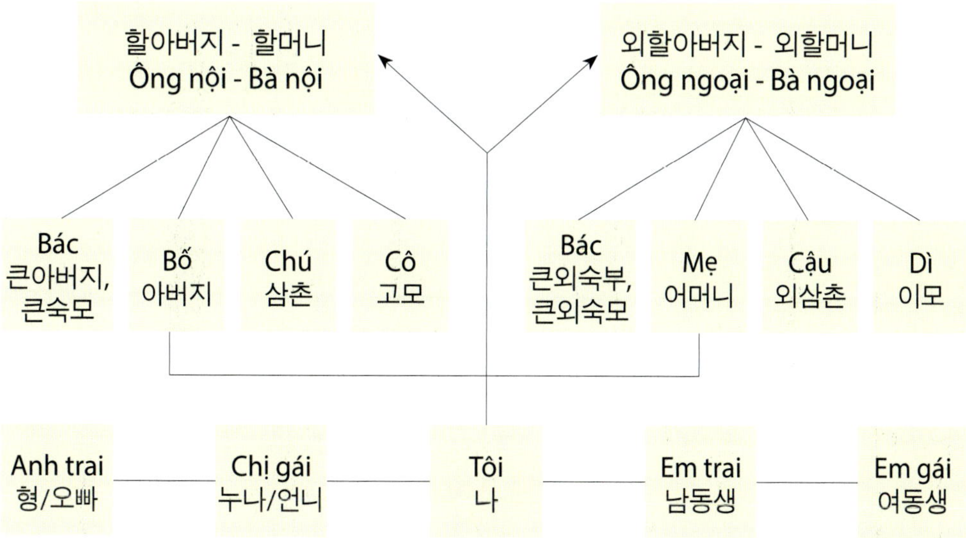

※ 베트남어는 가족간의 명칭이 사회적 관계로 확대되어 인칭대명사로 사용되는 특징이 있다.

Văn hóa (문화)

오토바이

도로 사정이 좋지 않고 버스, 택시와 같은 대중 교통수단이 잘 갖춰져 있지 않은 베트남에서 오토바이는 없어서는 안 되는 중요한 교통 수단이다. 자신들의 경제 사정에도 맞아서 현재 하노이, 호찌밍 등과 같은 대도시의 가정의 대부분은 한 대 이상의 오토바이를 소유하고 있다. 하지만 1990년 이후 높은 경제 성장을 바탕으로 오토바이 보유자수가 급증하여 오늘날 교통체증과 공해를 일으키는 주범이 되었다.

쌔옴

쌔옴은 '차'의 쌔(xe)와 '껴안다'의 옴(ôm)의 합성어이다. 따라서 손님이 뒷 좌석에서 운전자를 잡고 타는 형태다. '오토바이 택시'로 불리는 쌔옴은 2000년대 초까지도 오토바이가 없는 사람들에게 저렴성과 민첩성으로 가장 인기있는 대중교통수단이었으나, 오토바이 소유의 급증과 버스, 택시와 같은 대중교통수단이 발달한 요즘에는 사람들로부터 멀어지고 있다. 그러나 아직도 베트남의 대로변, 골목 어귀 등에서 쌔옴 기사들을 쉽게 접할 수 있다. 쌔옴은 요금이 따로 정해져 있지 않고 손님들이 가고자 하는 목적지에 따라 흥정으로 가격을 결정하기 때문에 타지인이나 외국인의 경우 비싼 요금을 치루기도 한다.

택시

소득 수준이 낮았던 10여년 전만 하더라도 베트남에서 택시는 이용료가 워낙 비싸서 일반인이 쉽게 이용 할 수 없었다. 그러나, 오늘날 하노이, 호찌밍 등의 대도시에서 택시는 오토바이, 버스 등과 함께 대중교통수단으로 자리를 잡아가고 있다. 흥미로운 것은 북부의 하노이와 남부의 호찌밍은 떨어진 거리만큼이나 택시에서도 모습이 크게 다른 점이다. 호찌밍의 택시들이 대부분 4인승, 6인승의 중형차인 것에 비하여, 하노이의 택시는 모닝, 마티즈, 겟츠 등과 같은 경차들이 주를 이룬다.

Phần giá (단원평가)

[1~3] 괄호 안의 단어를 사용하여 문장을 만드시오.

1. Bố em làm nghề gì? (bác sĩ)

2. Gia đình anh có mấy người? (bốn)

3. Anh có gia đình chưa? (Dạ rồi)

4. 다음의 숫자를 베트남어로 적으시오.

2.015		21	
30		205	
1.25		13.000.000	

5 빈칸에 들어갈 말로 알맞은 말을 찾으시오.

Gia đình tôi ______ bốn người.

① có ② sẽ ③ lúc ④ khi ⑤ thường

6 빈칸에 들어갈 말로 알맞은 말을 찾으시오.

Bố tôi ______ giáo viên trường phổ thông trung học.

① xuông ② làm ③ dưới ④ ngồi ⑤ khoảng

7 빈칸에 들어갈 말로 알맞은 말을 찾으시오.

Chị gái tôi chưa ______ chồng.

① lấy ② mất ③ nếu ④ tuy ⑤ phải

8 빈칸에 들어갈 말을 적으시오.

Gia đình tôi tất cả có (a) người. Bố, mẹ, anh trai, em gái và tôi. Bố tôi là kĩ sư xây dựng còn mẹ nghỉ ở nhà. Tôi đang làm cho ngân hàng. Tôi đã lập (b) và có một con trai. Vợ tôi làm ở bệnh viện C.

9 문맥의 흐름이 바르게 연결되도록 <보기>에서 알맞은 말을 찾아 적으시오.

Linh : Gia đình chị có mấy người?

Min-hee :

Linh : Chị gái chị làm nghề gì?

Min-hee :

Linh :

Min-hee : Hay quá nhỉ! Anh trai em làm ở đó lâu chưa?

Linh : Anh ấy làm ở đó mới được một năm ạ.

<보기>

a. Chị ấy làm cho công ty du lịch ABC.

b. Vậy à? Anh trai em cũng làm ở công ty đó chị ạ.

c. Năm người em ạ. Bố, mẹ, chị gái, em trai và chị.

10 아래의 단어들에 해당하는 베트남어를 쓰시오.

큰아버지		외할머니	
삼촌		고모	
외삼촌		이모	

Bản ghi nhớ

Bài 06

Sinh hoạt hàng ngày

Hội thoại (회화)

A: Chiều anh sẽ làm gì?
오후에 형/오빠는 뭘 하실 거예요?

B: Chiều anh sẽ đi cắt tóc. Em đi cắt tóc cùng anh không?
오후에 이발하러 갈거야. 너도 같이 갈래?

A: Em cắt tóc mấy hôm trước rồi.
저는 며칠 전에 이발을 했어요.

B: Vậy à! Chiều em có làm gì không?
그래! 오후에 너는 뭘 할 거니?

A: Em sẽ đi học bơi.
저는 수영을 배우러 갈 거예요.

B: Hay nhỉ! Em học bơi lâu chưa?
재미있겠네! 수영 배운지 오래 되었니?

A: Em mới học được một tháng. Em thấy bơi rất tốt cho sức khỏe.
배운지 한 달 됐어요. 수영은 건강에 정말 좋은 것 같아요.

B: Em học bơi ở đâu?
수영은 어디서 배우니?

A: Em học ở trung tâm thể thao Cầu Giấy ngay sau trường của em.
학교 바로 뒤에 있는 꺼우 저이 스포츠센터에서 배워요.

chú giải (해설)

1 시간 (buổi sáng, trưa, chiều, tối)

엊그제	어제	오늘	내일	모레
Hôm kia	Hôm qua	Hôm nay	Ngày mai	Ngày kia

Hôm nay →

- buổi sáng 아침
- buổi trưa 점심
- buổi chiều 오후
- buổi tối 저녁

2 'được'의 용법

1) 가능

'동사 + được'의 형태 또는 문장 끝에 'được'이 사용되면 '할 수 있다', '가능하다' 라는 의미를 갖는다.

- Chị ấy nói được tiếng Việt. 그 언니/누나는 베트남어를 할 수 있어요.
- Mình lái xe máy được. 나는 오토바이를 운전할 수 있어.

2) 시간의 경과

'được + 시간 또는 기간을 나타내는 단어 + rồi'의 형태는 '시간, 기간이 경과 혹은 걸리다'라는 의미를 갖는다.

- Em làm việc ở đây được 1 năm rồi. 저는 여기에서 일한 지 1년이 되었습니다.
- Anh sang Việt Nam được 3 tháng rồi. 오빠/형은 베트남에 온 지 3달이 되었어.

3) 주체에게 긍정적인 경우 동사 앞에 사용한다.

- Ngày mai em được nghỉ ở nhà. 나는 내일 공부를 쉬게 되었다.

4) '주어1 + được + 주어2 + 동사'의 형태로 사용되어 수동의 의미를 나타낸다.

- Em được thầy khen. → Thầy khen em. 저는 선생님으로부터 칭찬을 받았어요.

3 'nhỉ'의 용법

'nhỉ'는 구어체의 문장 끝에 쓰여 친밀감 또는 상대의 동의를 요하는 경우에 쓴다.

- Hôm nay trời đẹp quá nhỉ? 오늘 정말 날씨가 좋지?
- Em nói tiếng Việt giỏi nhỉ! 너는 베트남어를 잘하는 구나!

4 시제 부사 đã, đang, sẽ, vừa mới, sắp

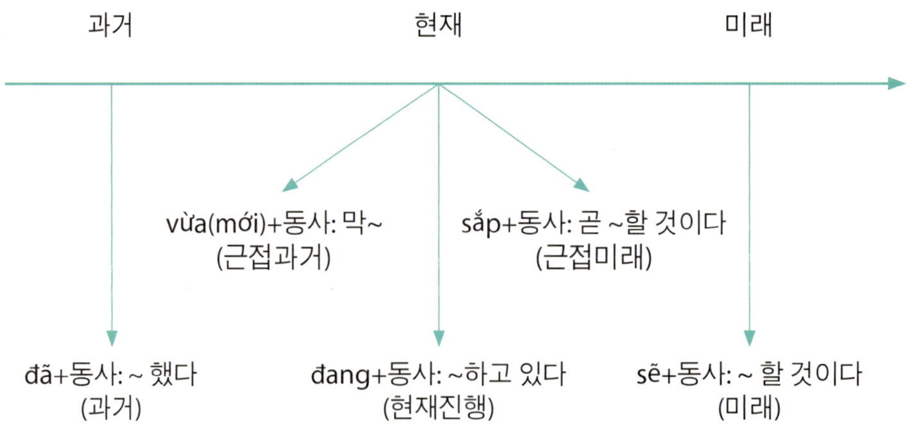

5 'lâu chưa?', 'bao lâu rồi?'의 용법

'lâu chưa?'는 문장 끝에 사용되어 '오래되었니?'라는 시간의 경과를 묻는 의문문을 만든다. 보통 'được'과 함께 사용된다.

- Em đến đây được lâu chưa? 너 여기에 온 지 오래되었니?
- Chị sang đây được bao lâu rồi? 누나/언니는 여기에 온 지 오래되었어요?

6 'mới'의 다양한 의미

'mới'가 명사 뒤에 오면 '새로운'의, 동사 앞에 오면 '이제(막), 비로소, 겨우 ~ 동사하다'라는 의미를 갖는다.

- Anh ấy mua một chiếc xe máy mới. 그 오빠/형은 새 오토바이 한대를 샀다.
- Mình mới đến trường. 나는 이제 막 학교에 왔어.

7 전과 후를 나타내는 표현

Trước + 명사	~전에	Em phải đến trường trước 9 giờ sáng. 저는 9시 전에 학교에 도착해야 해요. Tôi sẽ gặp chị ấy trước cửa trường. 나는 그 누나/언니를 학교 문 앞에서 만날 것이다.
Sau + 명사	~ 후에	Tôi thích uống cà phê sau bữa ăn. 나는 식사 후에 커피 마시는 것을 좋아해. Sau thư viện có một hiệu sách lớn. 도서관 뒤에는 커다란 서점이 하나 있다.
trước khi + 주어 + 동사	~ 전에	Trước khi đi làm việc, em phải đến bệnh viện. 일하러 가기전에 병원에 가야해요.
sau khi + 주어 + 동사	~ 후에	Sau khi học xong, em sẽ đi xem phim. 공부를 마치고 영화 보러 갈 거에요.

※ 'trước, sau + 명사'는 시간뿐만 아니라 공간의 전후를 나타낼 때도 사용 할 수 있다.

※ 'Trong khi'는 주체가 '~하는 동안'이라는 의미를 나타낸다.

- Trong khi mình làm bài tập, bạn đã làm gì?
  내가 숙제하는 동안 너는 뭘 했니?

Văn hóa (문화)

Phở - 쌀국수

Phở là món ăn mà người Việt Nam thích ăn vào buổi sáng. Hiện nay, phở là một trong những món ăn truyền thống của Việt Nam không chỉ được người Việt Nam mà cả nhiều người các nước khác ưa chuộng. Phở vốn là món ăn bắt nguồn từ vùng Bắc Bộ của Việt Nam nhưng hiện nay đã lan rộng ra toàn lãnh thổ Việt Nam. Các địa phương ở Bắc bộ, Trung bộ, Nam bộ đã dùng những nguyên liệu đặc biệt của riêng địa phương mình để chế ra nhiều loại phở khác nhau. Vì vậy, khi đi du lịch Việt Nam, việc ăn thử các loại phở của từng vùng cũng là một niềm vui không nhỏ.

쌀국수는 베트남 사람들이 아침에 즐겨 먹는 음식이다. 오늘날 쌀국수는 베트남 사람뿐만 아니라, 각국의 많은 사람들도 좋아하는 음식이다. 쌀국수는 본래 베트남 북부지방의 음식이었지만, 오늘날에는 베트남 전역에 퍼져 있다. 북부, 중부, 남부 각 지방에는 그 지역의 독특한 원료를 사용하여 서로 다른 쌀국수들을 만들어 낸다. 이 때문에 베트남을 여행할 때 각 지역의 쌀국수를 먹어보는 것도 하나의 즐거움이다.

Người Việt Nam thích các số 6. 8. 9

Người Việt Nam rất thích các số 6. 8. 9. Vì thế, các số dùng cho số điện thoại, số xe ô tô mà trùng lặp như 8888, 6666 hay 8686, 9696 v.v. được mua bán với giá cao. Lý do là 6 và 8 đọc theo âm chữ Hán là "lục" và "bát", số 6 thì phát âm gần giống với "lộc" tượng trưng cho tài vật còn số 8 thì phát âm gần giống với "phát" mang ý nghĩa phát triển. Ngoài ra, số 9 ở Việt Nam là "chín", chữ "chín" ngoài nghĩa là số 9 còn có nghĩa là chín muồi, (thức ăn) nấu chín nên nhiều người buôn bán tin rằng số này đem đến cho họ tài phúc nên họ rất thích số này.

베트남 사람들은 6, 8, 9와 같은 수를 매우 좋아한다. 이 때문에 8888, 6666, 8686, 9696 등과 같은 수가 사용된 전화번호와 차번호는 높은 가격에 거래된다. 6과 8을 좋아하는 이유는 한자음 lục과 bát이 재물을 상징하는 lộc과 발전을 의미하는 phát과 발음이 비슷하기 때문이다. 이밖에 숫자 9, 곧 chín은 9라는 의미 외에도 '음식을 익히다'라는 의미가 있어서 장사를 하는 많은 사람들은 '복을 가져다 준다'는 믿음에서 이 수를 좋아한다.

Phần giá (단원평가)

❶ 다음을 베트남어로 옮기시오.

아침	______	정오, 점심	______
오후	______	저녁	______

[2~4] 빈칸에 들어갈 말을 <보기>에서 찾아 쓰시오.

❷ Em đến trường được lâu chưa?

Em ______ đến chị ạ.

❸ Anh ______ đến chưa?

Em đợi một chút nữa nhé. Anh ______ đến rồi em ạ.

❹ Chiều nay em ______ làm gì?

Chiều nay em ______ đi gặp bạn Nam.

<보기>

a. mới   b. sắp   c. sẽ   d. rất

5 문맥의 흐름에 맞도록 <보기>의 말들을 배치하시오.

A : Chiều nay em có làm gì không?

B :

A :

B : Em mới học được ba tháng.

A : Em thấy học tiếng Việt có khó không?

B : Em thấy hơi khó nhưng rất hay.

A :

B : Em học ở trung tâm ngoại ngữ anh ạ.

<보기>

a. Em học ở đâu?

b. Em sẽ đi học tiếng Việt.

c. Hay nhỉ! Em học tiếng Việt lâu chưa?

❻ 지문의 내용과 어울릴 수 없는 내용은?

Hùng thường dậy vào lúc 7 giờ sáng. Sau khi thức dậy, Hùng rửa mặt và đánh răng rồi đi ăn sáng. Mỗi buổi sáng Hùng thường ăn bánh mì hoặc phở. Hùng thường đi học lúc 8 giờ và về nhà vào 4 giờ chiều. Buổi chiều Hùng phải đi học tiếng Anh. Sau khi học tiếng Anh, Hùng về nhà nghỉ một chút. Trong khi nghỉ, Hùng thường xem TV hoặc nghe nhạc.

① 훙은 쉴 때 보통 TV를 보거나 음악을 듣는다.
② 훙은 오후에 영어 공부를 한다.
③ 훙의 등교 시간은 아침 8시이다.
④ 오후 4시에 수영을 배우러 가야한다.
⑤ 훙은 보통 빵이나 쌀국수를 아침에 먹는다.

[7~10] 빈칸에 알맞은 말을 <보기>에서 찾아 쓰시오.

❼ ______________ đi học, Nam luôn luôn đi bơi.

❽ 8 giờ tối em hẹn gặp anh ấy ______________ cửa nhà mình.

❾ ______________ làm bài tập xong, em sẽ đi xem phim.

❿ Tôi hay uống trà ______________ bữa ăn.

<보기>

a. sau　　b. trước　　c. sau khi　　d. trước khi

Bài 07

Em đi Huế bằng gì?

Hội thoại (회화)

A: Tuần sau em đi Huế chơi đấy!
다음주에 저 후에에 놀러가요!

B: Thế ạ! Chị cũng rất muốn đi Huế. Em đi Huế bằng gì?
그래! 나도 후에에 놀러가고 싶었는데. 너는 후에에 뭘 타고 가니?

A: Em định đi bằng máy bay. 저는 비행기를 타고 갈 예정이에요.

B: Sao không đi xe lửa? Huế cách Hà Nội có xa không?
왜 기차를 타고 가지 않니? 하노이에서 후에는 머니?

A: Rất xa, nếu đi bằng xe lửa thì mất hơn 10 tiếng đồng hồ chị ạ. 정말 멀어요, 만일 기차를 타고가면 10시간 넘게 걸려요.

B: Xa quá nhỉ! Vậy đi bằng máy bay là tiện nhất.
정말 머네! 그럼 비행기를 타고 가는 것이 가장 편하겠어.

Đi bằng máy bay mất nhiều thời gian không?
비행기를 타고 가면 시간이 많이 걸리니?

A: Mất khoảng 1 tiếng chị ạ. Nghỉ hè này chị có định đi đâu không?
약 1시간 정도 걸려요. 이번 여름 방학에 언니/누나는 어디로 갈 예정인가요?

B: Có. Cả gia đình chị định đi Sa-Pa.
응. 우리 가족 모두가 싸빠로 갈 예정이야.

A: Chị định đi bằng gì?
언니/누나는 무엇을 타고 갈 거예요?

B: Xe lửa em ạ.
기차를 타고 갈거야.

chú giải (해설)

1 'bằng'의 용법

1) 교통 수단, 재료 등의 단어와 결합하여 '~으로', '~을 타고'라는 의미로 쓴다.

- Tớ thường đi học bằng xe máy. 나는 보통 오토바이를 타고 학교에 간다. – 방편
- Người Việt Nam ăn bằng đũa. 베트남 사람은 젓가락으로 밥을 먹어. – 수단
- Cái bàn này làm bằng gỗ. 이 책상은 나무로 만들었어. – 재료

2) 'A는 B와 같다', 'A만큼 B하다'는 형태의 동등 비교상황에서 쓴다. 이 형태의 문형은 다음과 같다.

A + 형용사 + bằng + B(비교대상)
A + B + 형용사 + bằng nhau

- Em ấy cao bằng cô Lee. = Em ấy và cô Lee cao bằng nhau.
  걔는 이 선생님과 키가 같아.

2 'hơn', 'nhất'의 용법

1) '~보다'라는 의미의 비교문에 사용한다. 문형은 'A + 형용사 + hơn + B'의 형태이며, 'B보다 A가 더 ~형용사 하다'라는 의미를 가진다.

- Tiếng Anh khó hơn tiếng Việt. 영어가 베트남어보다 어렵다.
- Su-hee chạy nhanh hơn Min su. 수희는 민수보다 더 빨리 달린다.

2) 'nhất'이 문장 끝에 사용되면 '가장 ~한'이라는 최상급의 의미를 갖는다.

- Thi môn toán hôm nay khó nhất. 오늘 수학 시험이 가장 어려웠다.
- Min-ji là học sinh cao nhất trong trường. 민지는 학교에서 가장 큰 학생이다.

3 'cách'의 용법

1) 'cách'은 동사 앞에 사용하여 '방법'이라는 의미를 갖는다.

- Em ấy biết cách làm việc. 걔는 일하는 방법을 알아.
- Anh ấy ngồi cách xa với em. 그 오빠/형은 나와 멀리 떨어져서 앉았다.

2) 'cách'이 공간, 시간, 거리를 나타내는 문장과 결합하게 되면 '~거리, 간격'이라는 의미가 된다.

- Hải Phòng cách Hà Nội bao xa? 하이퐁은 하노이에서 얼마나 멉니까?

4 'mất'은 '잃어버리다'는 의미이지만 시간, 거리, 가격 등을 묻는 문장과 결합하면 '소요되다'는 의미가 된다.

- Tôi bị mất một quyển sách văn học ở trường.
  나는 학교에서 문학책 한 권을 잃어버렸다.
- Từ đây đến ngân hàng ABC mất 20 phút bằng taxi.
  여기에서 ABC은행까지 택시로 20분이 걸린다.
- Em mua cái này mất bao nhiêu tiền?
  너는 이것을 사는데 얼마가 들었니?

Văn hóa (문화)

Hà Nội

Thủ đô của Việt Nam là Hà Nội. Năm 2010 vừa qua là năm kỷ niệm 1000 năm Hà Nội được chọn làm thủ đô. Đây là thành phố có truyền thống rất lâu đời. Đặc biệt, Hà Nội là thành phố có rất nhiều hồ. Trong nội thành có hàng chục hồ lớn nhỏ. Trong số đó, hồ Hoàn Kiếm nằm ở ngay trung tâm thành phố là hồ nổi tiếng nhất ở Hà Nội. Có truyền thuyết kể lại rằng ngày xưa, vào thời Việt Nam bị ngoại xâm, khi vua đang bơi thuyền trên hồ thì thấy Rùa Vàng ngậm kiếm trồi lên mặt nước dâng kiếm cho vua, vua dùng kiếm đó đánh tan giặc rồi trả lại kiếm cho Rùa Vàng.

베트남의 수도는 하노이이다. 2010년은 하노이를 수도로 정한지 1000년이 되는 기념적인 해였다. 하노이는 오랜 전통을 가진 도시이다. 특히, 하노이는 호수가 많다. 시내에 수십 개의 크고 작은 호수가 있다. 그 중 시내 중심에 있는 환 끼엠은 하노이에서 가장 유명한 호수이다. 전설에 의하면, "옛날에 외적의 침입이 있었을 때 호수를 지나던 왕은 입에 검을 물고 물위에 떠 있는 금빛 거북을 보았다. 거북이 검을 왕에게 바치니, 왕은 이를 이용하여 적을 물리쳤다. 그 후 왕은 거북이에게 검을 다시 돌려 주었다"고 한다.

Hồ Chí Minh - thành phố kinh tế lớn nhất của Việt Nam

Vốn tên là Sài Gòn, năm 1976 được đổi tên là Thành phố Hồ Chí Minh nhưng vẫn còn nhiều người dùng tên cũ là Sài Gòn. Người ta thường coi Hà Nội là trung tâm chính trị và văn hóa còn Thành phố Hồ Chí Minh là trung tâm kinh tế. Trong nội thành, dinh Thống Nhất, viện bảo tàng, nhà thờ và sông Sài Gòn là những địa điểm du lịch không thể bỏ qua.

예전 이름은 사이 곤으로 1976년 호찌밍으로 이름이 바뀌었지만 아직도 많은 사람들은 사이 곤이라는 이름을 사용한다. 사람들은 보통 하노이를 정치, 문화의 중심지로, 호찌밍을 경제의 중심지로 여긴다. 호찌밍의 중심지에 있는 통일궁, 박물관, 성당, 사이 곤 강은 그냥 지나칠 수 없는 관광지이다.

Phần giá (단원평가)

[1~4] 아래의 문장들을 베트남어로 옮기시오.

1 나는 수학보다 역사를 더 좋아해.

2 다음 주에 나는 호찌밍 시에 갈 예정이야.

3 나는 보통 오토바이를 타고 학교에 가.

4 비행기를 타면 2시간 넘게 걸려.

[5~7] 빈칸에 들어갈 알맞은 말을 <보기>에서 찾아 쓰시오.

5

A : Từ nhà anh đến Bưu điện Cầu Giấy có (a) không?

B : Không xa, (b) lắm! Có thể đi bộ được.

6

A : Đi bộ thì (c) bao lâu?

B : Khoảng 10 phút thôi anh ạ.

7

A : Anh ấy biết (d) làm.

B : Hạ Long (e) Hà Nội khoảng 170 km.

<보기>

a. xa　　b. gần　　c. mất　　d. chỉ　　e. cách

8 다음 글의 내용으로 알맞은 것은?

Su-mi và anh trai Su-mi rất thích đi du lịch. Hè năm ngoái, Su-mi và mấy bạn cùng lớp đi Sa-Pa. Kì nghỉ hè này, Su-mi sẽ đi Nha Trang cùng với bố, mẹ. Rất tiếc, anh trai Su-mi không đi được vì anh ấy phải đi học lái xe.

① Su-mi đã đi du lịch Sa-Pa.
② Anh trai Su-mi hay đi du lịch.
③ Su-mi không thích đi du lịch.
④ Anh trai Su-mi không muốn đi học lái xe.
⑤ Kì nghỉ hè này cả gia đình sẽ đi Nha Trang.

9 빈칸에 알맞은 말을 <보기>에서 찾아쓰시오.

A : Em đến trường (a) gì?
B : Em (b) đến trường anh ạ.
A : Thế à? Nhà em ở (c) trường phải không?
B : Không gần nhưng cũng không (d) .

<보기>

a. xa b. gần c. đi bộ d. bằng

10 문맥의 흐름이 맞도록 빈칸에 들어갈 말을 <보기>에서 찾아 배열하시오.

A : ________

B : Có. Cả nhà chị định đi thành phố Hồ Chí Minh.

A : ________

B : Đi bằng máy bay em ạ.

A : Đi bằng máy bay mất mấy tiếng hả chị?

B : ________

<보기>

a. Thế ạ? Đi bằng gì?

b. Mất khoảng 2 tiếng em ạ.

c. Mùa đông này chị có định đi đâu không?

Bài 08

Làm ơn cho em hỏi bưu điện thành phố ở đâu ạ?

Hội thoại (회화)

A: Làm ơn cho tôi hỏi đường.
길 좀 물어볼게요.

B: Vâng. Anh muốn đi đâu?
네. 어디로 가시려고 그러시나요?

A: Bưu điện thành phố ở đâu ạ?
시 우체국이 어디죠?

B: Nó ở gần Hồ Hoàn Kiếm.
환 끼엠 호수와 가까워요.

A: Từ đây đến Hồ Hoàn Kiếm có xa không ạ?
Nghe nói không xa lắm phải không?
여기에서 환 끼엠 호수는 먼가요? 그렇게 멀지 않다고 들었어요, 맞죠?

B: Anh định đi bằng gì?
무엇을 타고 가려고 하죠?

A: Tôi định đi bộ.
걸어서 가려고 해요.

B: Thế thì hơi xa. Theo tôi anh nên đi taxi hoặc xe buýt.
그러면 약간 멀어요. 제 생각으로는 택시나 버스를 타고 가는 것이 좋을 것 같습니다.

A: Xa vậy à? Vậy đi xe ôm thì thế nào ạ?
그렇게 먼가요? 쌔옴을 타고 가면 어떤가요?

B: Vâng. Đi xe ôm cũng được. Chỉ mất khoảng 15 phút thôi.
네. 쌔옴을 타고 가도 괜찮아요. 약 15분 정도 걸릴 겁니다.

A: Cảm ơn anh!
고맙습니다!

chú giải (해설)

1 문장 첫머리에 'làm ơn'을 사용하면 '~해 주시겠어요?'라는 의미의 공손함과 정중함을 나타낸다.

- Làm ơn cho tôi hỏi đường. 길을 물어 볼게요.
- Làm ơn cho tôi biết tên của chị. 이름을 알려 주시겠어요?

2 'Từ A đến B'의 용법

'A에서 B까지'의 의미로 시간과 공간을 나타내는데 모두 사용할 수 있다.

- Từ nhà em đến trường bao xa?
  네 집에서 학교까지 얼마나 머니?
- Em thường học từ 8 giờ sáng đến 4 giờ chiều.
  저는 보통 아침 8시부터 오후 4시까지 공부해요.

※ 'Từ A đến B'는 xa, gần등의 단어와 함께 사용하여 거리의 원근을 나타낸다.
일반적인 문형은 다음과 같다.

> Từ A đến B có xa/gần không?
> A에서 B까지는 멉/가깝습니까?

- Từ chợ Bến Thành đến sân bay Tân Sơn Nhất có xa không?
  벤 다잉 시장에서 떤선녓 공항은 멉니까?
- Từ đây đến khách san Hà Nội có gần không?
  여기에서 하노이 호텔까지 가까운 가요?

3 'định + 동사'

'~할 예정이다'라는 의미를 갖는다.

- Tôi định đi bộ đến Hồ Hoàn Kiếm. 나는 걸어서 환 끼엠 호수까지 갈 예정이다.
- Chị định đi Việt Nam vào mùa hè này. 나는 이번 여름에 베트남에 갈 예정이다.

4 'rất', 'lắm', 'quá'의 용법

'rất'은 '매우'라는 의미로, 형용사 앞에서만 사용되어 형용사를 수식한다. 이와 비슷한 의미로 'quá', 'lắm' 있는데, 이 중 'lắm'은 형용사 뒤에, 'quá'는 형용사의 앞뒤에 올 수 있다.

- Em rất khỏe. 저는 매우 건강합니다.
- Em khỏe lắm. 나는 매우 건강합니다.
- Em vui quá. 나는 매우 기쁩니다.
- Em quá vui. 나는 너무 기쁩니다.

5 'hoặc', 'hay'의 용법

이들은 '혹은' '또는'이라는 의미를 갖는다. 이 중 전자는 명사와 명사를 연결하여 평서문을, 후자는 선택 의문문을 만드는 역할도 한다.

- Anh thích cái này hay cái kia?
  오빠/형은 이것이 좋나요 아니면 저것이 좋나요?
- Tôi muốn mua cái màu đen hoặc cái màu xanh.
  나는 검은색 또는 파란색을 사고 싶어요.

Văn hóa (문화)

베트남에서 길찾기 - Tìm đường ở Việt Nam

Ở Việt Nam, (hầu như) tất cả các đường phố đều được đặt tên riêng theo tên các vĩ nhân hay các sự kiện, địa danh lịch sử. Vì vậy, chỉ cần tìm hiểu về các nhân vật có liên quan đến tên đường chúng ta cũng có thể hiểu rõ hơn về con người và lịch sử Việt Nam. Được mang các tên riêng như vậy, đường phố Việt Nam chia ra bên phải và bên trái, đánh số chẵn vào bên phải và số lẻ vào bên trái khi làm địa chỉ. Vì thế, người đến Việt Nam lần đầu cũng có thể tìm được nơi mình muốn đến không khó khăn gì mấy.

베트남에서 모든 도로는 이름은 위인들, 역사적 사건, 역사적 지명과 관련지어 짓는다. 그 때문에, 우리는 도로명과 관련된 인물들을 이해하면 베트남 사람들과 베트남 역사에 대해 보다 분명하게 이해할 수 있다. 고유의 이름을 가지고 있는 베트남의 길들은 번지수를 매길 때 오른쪽에는 짝수를 왼쪽에는 홀수를 번지로 매긴다. 때문에 베트남에 처음 오는 사람이라도 별 어려움이 없이 자신이 가고자 하는 곳을 찾을 수 있다.

베트남 사람들의 이름과 호칭

베트남인의 성명은 우리와 같이 성을 먼저 쓰고 이름을 뒤에 쓴다. 이름은 가운데 이름, 끝이름으로 이루어져 있다. 우리와 다른 점은 보통 서로를 부를 때 성이 아닌 끝이름만 부른다. 예를 들어 선생님 성함이 응우옌 하이 남(Nguyễn Hải Nam)이라면 '응우옌(Nguyễn) 선생님'하고 부르지 않고 '남(Nam) 선생님'이라고 불러야 한다.

베트남의 화폐

우리의 화폐 단위인 '원'에 해당하는 베트남의 화폐 단위는 'đồng' 또는 약어로 'VNĐ'이다. 현재 통용되는 지폐는 500,000 VND, 200,000 VNĐ, 100,000 VNĐ, 50,000 VNĐ, 20,000 VNĐ, 10,000 VNĐ, 5,000 VNĐ, 2,000 VNĐ, 1,000 VNĐ, 500 VNĐ, 200 VNĐ, 100 VNĐ이 있다. 특이한 것은 100 VNĐ을 제외한 모든 지폐의 앞면에는 베트남 건국의 영웅인 호찌밍 주석의 초상이 그려져 있다는 점이다. 베트남 정부는 2003년 200 VND, 500 VND, 1,000 VND, 2,000 VND, 5,000 VND짜리 동전도 유통하였으나 지폐의 사용에 익숙한 까닭에 동전은 실생활에서는 거의 사용되지 않는다.

Phần giá (단원평가)

[1~2] 다음 글을 베트남어로 옮기시오.

❶ 길 좀 물어보겠습니다.

❷ 시 우체국은 어디입니까?

❸ 빈칸에 들어갈 말을 찾아 쓰시오.

(a) đây (b) hồ Hoàn Kiếm có xa không?

(a)	(b)
① Từ	đến
③ Tuy	nhưng
② Vừa	vừa
④ Không	phải
⑤ Càng	càng

4 빈칸에 들어갈 말을 찾아 쓰시오.

______ em, anh nên đi taxi.

① Đã ② Lúc ③ Hơi ④ Theo ⑤ Thường

5 다음 문장을 대화 흐름에 맞게 순서대로 배열한 것은?

a. Anh đi đâu đấy?
b. Anh sẽ đi bằng xe đạp.
c. Anh định đi chợ Hôm em ạ.
d. Không xa. Anh định đi bằng gì?
e. Từ đây đến chợ Hôm có xa không?

① a - b - c - d - e
② a - c - e - d - b
③ b - a - c - d - e
④ b- c - e - d - a
⑤ e - a - b - c - d

6 빈칸에 들어갈 말로 알맞은 것은?

A : Từ nhà em đến trường bao xa?
B : ______ .

① Xin lỗi anh
② Khoảng 2 km
③ Không đi đâu
④ Đi bằng xe máy
⑤ Hôm nay không đến trường

[7~9] 주어진 낱말을 문장이 되도록 배열하시오.

7. muốn / đâu / đi / Anh

8. Bưu điện / ở / đâu / thành phố

9. Chợ Bến Thành / ở / gần khách sạn New World / Nghe nói

10. 글의 내용으로 알맞은 것은?

Sau khi anh ấy sang Việt Nam, Min-ho thường đi xe đạp vì không biết đi xe máy. Min-ho mới học lái xe máy và sáng mai anh ấy sẽ đi đến hồ Hoàn Kiếm bằng xe máy. Min-ho nghe nói từ khách sạn anh ấy đang ở đến hồ Hoàn Kiếm chỉ mất 15 phút đi bằng xe máy.

① Min-ho chuẩn bị về nước.
② Min-ho sẽ đi đến hồ Hoàn Kiếm.
③ Min-ho không biết đi xe đạp.
④ Min-ho sẽ đi du lịch bằng xe máy.
⑤ Sáng mai Min-ho sẽ đi học lái xe máy.

Bản ghi nhớ

Bài 09

Cho em một bát phở bò.

Hội thoại (회화)

A: Em muốn ăn gì?
뭐 먹고 싶어?

B: Em muốn ăn phở bò.
저는 퍼보(소고기 쌀국수) 먹고 싶어요.

A: Em đã ăn phở bò ở đây lần nào chưa?
여기에서 퍼보 먹어봤니?

B: Chưa ạ. Em chưa bao giờ ăn phở bò ở đây.
아니요. 아직이요. 여기에서 아직 퍼보를 못 먹어봤어요.

Nhưng em nghe nói là ở đây phở bò rất ngon.
그런데 여기 퍼보가 정말 맛있다고 들었어요.

A: Ừ, đúng rồi.
응, 맞아.

Anh cũng nghe nói là nhà hàng này rất nổi tiếng nên người Việt Nam và người nước ngoài đến đây ăn nhiều.

오빠도 이 가게가 아주 유명해서, 베트남 사람이랑 외국인이 여기에 와서 많이 먹는다고 들었어.

B: Vậy, chúng ta ăn thử nhé!
그럼, 우리 한번 먹어봐요!

A: Ừm, nhưng sáng nay anh đã ăn phở bò rồi.
음, 그런데 오빠는 오늘 아침에 퍼보를 이미 먹었어.

B: Thế thì anh hãy chọn món ăn khác.
그러면 다른 음식 고르세요.

A: Ừ. Vậy thì anh ăn bún chả.
응. 그러면 오빠는 분짜를 먹을게.

Chị ơi, cho em một bát phở bò và một bát bún chả.
여기요, 퍼보 한 그릇이랑 분짜 하나 주세요.

C: Vâng, một bát phở bò và một bát bún chả…
네, 퍼보 한 그릇 그리고 분짜 하나 …

Còn anh chị muốn dùng đồ uống gì ạ?
그런데 음료는 뭐로 하시겠어요?

A: Cho hai cốc trà đá.
짜다아이스 티 두 잔 주세요.

C: Vâng. Anh chị đợi một chút ạ.
네, 잠시만 기다려주세요.

chú giải (해설)

1 'chưa'의 용법

'chưa'가 술어 앞에 위치할 때는 '아직 ~하지 않다'라는 의미이며, 문장 끝에 위치할 경우는 '~ 했니?'라는 의미로 경험 또는 완료의 여부를 묻는 의문문을 만든다. 긍정의 경우 'Rồi.', 부정의 경우 'Chưa. (주어) + chưa + 술어' 와 같이 대답 할 수 있다.

- Anh ấy lập gia đình chưa? 그는 결혼했어?

  → Chưa. Anh ấy chưa lập gia đình.
  아니. 그는 아직 결혼 안 했어.

- Em ăn trưa chưa? 점심 먹었니?

  → Dạ, rồi ạ. Em ăn với chị Yujin rồi ạ.
  네, 먹었어요. 유진 언니랑 같이 먹었어요.

- Em làm việc xong chưa? 일을 다 마쳤니?

  → Dạ, chưa. Em vẫn còn nhiều việc nên em chưa làm xong được.
  아니요. 아직도 일이 많이 남아서 마치지 못했어요.

2 'nghe nói (là)'

'~ 라고 듣다'라는 의미이다.

- Em nghe nói là hôm qua ở Sa-Pa có tuyết rất nhiều.
  어제 사파에 눈이 많이 내렸다고 들었어요.

- Bạn có nghe nói gì về chị ấy chưa?
  그 누나에 대해 뭐 들은 거 있어?

- Mình nghe nói bạn thích xem phim hành động, đúng không?
  나는 네가 액션영화를 좋아한다고 들었는데, 맞니?

3 'vì A nên B'의 용법

'A 때문에 B하다'라는 의미로 원인(A)과 결과(B)를 나타낸다. 'B (결과) vì A (원인)'도 같은 의미이다.

- Vì anh ấy không đến nên em rất buồn.
  그가 오지 않아서 나는 너무 슬퍼.
- Vì yêu nhau nên hai người có thể hiểu được nhau.
  서로 사랑하기 때문에 두 사람은 서로 이해할 수 있어.
- Mình không thể tập trung học được vì ở đây ồn ào quá!
  여기는 너무 시끄러워서 공부에 집중할 수가 없어!

4 'thử'의 용법

'시도하다'라는 의미이다. 'thử + 동사' 또는 '동사 + thử'의 문형은 '시험 삼아 ~ 해보다'라는 의미이다.

- Chị ơi, em mặc thử cái áo này được không?
  언니, 이 옷을 입어볼 수 있을까요?
- Vì em đã làm thử nhiều lần rồi nên bây giờ em có thể làm được.
  여러 번 시도해봤기 때문에 지금은 할 수 있어요.
- Để anh thử xem. 오빠가 한 번 봐볼게.

5 'rồi'의 용법

문장 끝에 위치하여, 동작이나 상태가 완료되었음을 표현한다.
단독으로도 사용이 가능하지만, 시제부사인 'đã'와 함께 많이 사용된다.

- Dạ, em hiểu rồi ạ. 네, 이해했어요.
- Mẹ ăn xong rồi. Con ăn thêm nữa đi. 엄마는 다 먹었어. 더 먹으렴.
- Em đã đến Nha Trang nhiều lần rồi. 저는 냐짱에 여러 번 왔었어요.

6 '~ nhé!'의 용법

문장 끝에 위치하여 가벼운 권유나 친밀감을 나타낼 때 주로 사용한다.

- Anh mang thử đôi giày này nhé! 이 신발을 한번 신어봐요!
- Chúng ta học chăm chỉ nhé! 우리 공부 열심히 하자!
- Anh chị đi cẩn thận nhé! 형, 누나 조심히 가요!

7 'cho'의 용법

'cho'는 동사로는 '주다'의 뜻이고, 전치사로는 '~에게/ ~를 위하여'의 의미로 사용한다. 그 외에 다양한 문형으로 사용할 수 있다.

1) 'cho + 명사(구)1+ 명사(구)2': '명사(구)1에게 명사(구)2를 주다'라는 의미이다.

- Cho em một chai nước suối. 저에게 생수 한 병 주세요.

2) 'cho + 명사(구) + 동사': '명사가 동사하도록 해 주다'라는 의미이다. 가벼운 요청을 표현할 때 사용한다.

- Cho anh biết số điện thoại của em, được không?
  내가 너의 전화번호를 알도록 해줄 수 있니?

3) 'cho + 형용사': '형용사 하도록'의 의미이다.

- Tôi đang rửa mặt cho sạch. 나는 깨끗하도록 얼굴을 씻는 중이다.

Văn hóa (문화)

베트남어 발음

베트남어의 발음은 지역에 따라 큰 차이가 있다. 이 때문에 베트남인들에 대한 발음 구분을 크게 하 노이(Hà Nội)시를 중심으로 하는 북부 발음, 후에(Huế)를 중심으로 하는 중부 발음, 그리고 호찌밍(Hồ Chí Minh)시를 중심으로 하는 남부 발음으로 나눈다. 대체적으로 북부 발음은 정확하여 듣기가 수월하며, 남부는 비음이 많아 익숙하지 않으면 듣기 어렵다. 특히 중부 발음은 베트남인들도 가장 듣기 어렵다고 말한다. 그러나 지역 간 문법적인 차이는 없다. 다만 서로 달리 표현하는 단어들이 다수 있다.

베트남어 호칭

베트남인들은 남녀노소를 불문하고 처음 만나는 사람들에게 나이를 묻는 등, 개인 신상에 대한 질문을 하는 것을 자연스럽게 생각한다. 이러한 관습은 무엇보다 상대방에 대한 호칭 설정을 위해서이다. 베트남어는 호칭이 다양하고 복잡해서 베트남어를 처음 접하는 외국인들은 적절한 호칭을 사용하기에 많은 어려움을 느끼곤 한다. 나이, 성별, 친분 관계, 사회적 계층 등에 따라 이름 앞에 붙는 호칭이 다르기 때문이다.

베트남 음식 및 식사

겨울에 북베트남인은 추위를 피하기 위하여 지방과 육류 섭취를 선호하며, 겨울에 맞춰 좀 더 건조한 요리 방식을 취한다. 따라서 볶음, 튀김, 조림, 지짐처럼 양성이 강한 지방을 많이 사용하고, 식재료는 고추, 생강, 후추, 마늘 등을 많이 쓴다. 또한 베트남 중부지방의 사람들은 고추를 많이 먹는데 그 이유는 차가운(陰) 해안 지역에 거주하기 때문이다.

베트남인의 식사 문화에는 공동체성이 짙게 스며 있다. 방바닥에 음식이 차려진 둥근 쟁반을 놓고 온 가족이 빙 둘러 앉는다. 베트남의 나이, 계급, 성별 등에 입각한 계급사회의 특징은 식사를 통해서도 나타난다. 따라서 비교우위에 있는 사람이 가장 좋다고 생각하는 자리에 앉는다. 음식을 권할 때는 젓가락 뒷부분으로 집어서 상대의 밥그릇에 넣어 준다.

베트남인의 쌀밥은 우리의 쌀밥처럼 찰기가 없다. 이는 쌀의 종류가 다르기 때문이다. 그래서 밥을 먹을 때 밥그릇을 입에 대고 젓가락으로 쓸어 넣는 형태가 된다. 국은 밥그릇을 비울 때마다, 밥그릇에 두 세 스푼의 국물을 퍼 담아 밥그릇을 씻는 형태를 취했다가 마실 뿐이다.

Phần giá (단원평가)

1 다음 중 'chưa' 의 쓰임이 바르지 않은 것은?

① Em ăn sáng chưa?

② Anh đã đi Huế bao giờ chưa?

③ Em làm việc xong chưa?

④ Chị sẽ ăn phở bò chưa?

⑤ Cô đã tính tiền chưa?

2 다음 대화의 순서로 올바른 것을 고르시오.

(a) Em đã ăn cơm chưa?

(b) Ừ. Anh biết một nhà hàng rất ngon. Đi thôi!

(c) Dạ, chưa. Còn anh?

(d) Thế thì chúng ta đi ăn cơm nhé!

(e) Anh cũng chưa ăn cơm.

① a - b - c - d - e

② a - b - d - c - e

③ a - c - e - d - b

④ a - c - d - e - b

⑤ a - d - c - e - b

3 아래 빈칸에 공통으로 들어갈 말로 알맞은 것을 고르시오.

(a) ______ anh ấy bị đau bụng nên hôm nay anh ấy nghỉ ở nhà.

(b) Hôm nay mình không ăn cơm ______ mình mệt.

① rồi ② nên ③ vì ④ nhưng ⑤ chưa

4 빈칸에 들어갈 말로 알맞은 것을 고르시오.

A: Bạn thích món ăn Việt Nam không?

B: Thích chứ!

A: Bạn thích món gì nhất?

B: Mình thích bánh xèo. ______.

A: Tại sao! Bún thịt nướng cũng rất ngon mà.

① Vì món bánh xèo cay nên mình không thích

② Tại vì món bánh xèo không ngon lắm

③ Bạn nấu bánh xèo cho em được không

④ Nhưng mình cũng thích bún thịt nướng

⑤ Nhưng mình không thích bún thịt nướng

5 아래 빈칸에 공통으로 들어갈 말로 알맞은 것을 고르시오.

(a) ______ em một quyển sách.

(b) Bố mẹ luôn luôn hi sinh ______ con cái.

① đưa ② lấy ③ cho ④ có ⑤ để

6 (a), (b)에 들어갈 말로 알맞은 것을 고르시오.

A: Bạn làm bài tập về nhà xong (a) ?
B: (a) . Vì hôm qua đi chơi với bạn bè nên (a) làm xong bài tập về nhà.
A: Vậy à? Bạn ăn tối chưa?
B: (b) . Mình đã ăn tối (b) .

① (a) nhé (b) chưa
② (a) nhé (b) rồi
③ (a) chưa (b) rồi
④ (a) chưa (b) được
⑤ (a) được (b) chưa

7 다음 문장을 베트남어로 옮기시오.

(a) 소고기 쌀국수 두 그릇 주세요.

(b) 저한테 전화번호를 알려주세요.

8 다음 단어들을 알맞은 순서로 배열하시오.

cho / với / tôi / thầy giáo / nói chuyện

9 다음 보기의 ( )에 들어갈 말로 알맞은 것을 고르시오.

> A: Xin chào.
> B: Ở đây có bán giày cao gót màu đỏ không?
> A: Dạ, có. Đợi một chút. Chị thấy giày này thế nào?
> B: Ồ! đẹp lắm! Tôi đi (   ) được không?
> A: Dạ được, chị.

① rồi ② chưa ③ cho ④ thử ⑤ nhưng

10 'vì A nên B' 의 형태를 ' B vì A'형태로 바꾸어 쓰시오.

1) Vì chị ấy ăn nhiều nên béo lên.

2) Vì anh ấy nóng tính nên hay cãi nhau với bạn gái.

Bài 10

Chị muốn mua gì?

Hội thoại (회화)

A: Chào chị. Chị muốn mua gì ạ?
안녕하세요. 무엇을 사시길 원하세요?

B: Tôi muốn mua một cái Tivi.
TV 한 대 사고 싶어요.

A: Dạ, ở đây có nhiều loại Tivi chất lượng cao.
네, 여기에는 품질 좋은 TV 종류가 많이 있어요.

B: Tôi có thể xem thử được không?
좀 볼 수 있을까요?

A: Dạ được ạ. Xin mời chị đi theo em ạ.
네, 그럼요. 저를 따라오세요.

Tivi này là hàng đang bán chạy nhất vì loại này vừa chất lượng cao vừa giá rẻ.
이 종류는 가격이 싸면서 품질도 좋아서 가장 잘 팔리는 상품이에요.

B: Còn loại khác không?
다른 상품도 있나요?

A: Dạ, có ạ. Tivi này là hàng của Samsung.
네, 있습니다. 이 TV는 삼성 제품이에요.

Chị thấy thế nào ạ?
어떠세요?

B: Tôi thấy cái này tốt lắm. Bao nhiều tiền vậy, em?
아주 좋아요. 얼마인가요?

A: Dạ, cái Tivi này hơi rẻ so với các Tivi khác.
네, 이 TV는 다른 TV에 비해 가격이 좀 저렴해요.

Tivi này chỉ 400 đô la thôi ạ. Thời gian bảo hành là 2 năm.
이 TV는 400달러 밖에 안 하고요. 보증기간은 2년입니다.

B: Tốt lắm! Tôi lấy cái này.
아주 좋네요! 이걸로 할게요.

A: Dạ, Em cảm ơn chị ạ.
네, 감사합니다.

chú giải (해설)

1 'muốn'의 용법

'~을 원하다', '~하고 싶다'라는 의미이다. 'muốn + 동사'의 형태로 사용할 수 있다.

- Em muốn về nhà không? 집에 가고 싶니?
- Hôm nay anh muốn nghỉ ở nhà. 오늘 오빠는 집에서 쉬고 싶어.
- Sau khi tốt nghiệp, em muốn làm gì? 졸업하고 나서, 너는 뭘 하고 싶니?

2 'có thể + 동사'

'~할 수 있다'라는 의미로 가능을 나타내는 표현이다. 'có thể + 동사 + được' 또는 '동사 + được'도 같은 의미이다.

- Em có thể ăn món ăn cay. 저는 매운 음식을 먹을 수 있습니다.
- Em có thể nói tiếng Việt giỏi. 저는 베트남어를 잘 할 수 있습니다.
- Anh ấy có thể đá bóng giỏi. 그는 축구를 잘 할 수 있습니다.

3 'theo'의 용법

1) 동사 theo : 동사로 사용 될 경우, '따라가다'라는 의미를 가진다.

- Đi theo em. 저를 따라 오세요.
- Đi theo taxi kia. 저 택시를 따라가주세요.

2) 관계사 theo : 관계사로 사용 될 경우, '~에 따르면'이라는 의미를 가진다.

- Theo cô giáo thì cái này đúng rồi. 선생님에 따르면 이것이 맞습니다.
- Theo dự báo thời tiết thì sáng mai sẽ có mưa lớn.
  일기예보에 따르면, 내일 아침에 큰 비가 올 것이다.

4 'vừa A vừa B'의 용법

'A하면서 B하다'라는 의미이다.

- Em vừa xem TV vừa ăn cơm. 저는 TV를 보면서 밥을 먹습니다.
- Em vừa nghe nhạc vừa học. 저는 음악을 들으면서 공부를 합니다.
- Chị ấy vừa đẹp vừa tốt bụng. 그녀는 예쁘면서 마음씨가 곱습니다.

5 'so với'의 용법

'~와/과 비교하다'라는 의미이다.

- So với hôm qua thì hôm nay nóng hơn nhiều.
  오늘이 어제에 비해 더 많이 덥습니다.
- Tiếng Việt khó hơn so với tiếng Hàn.
  베트남어가 한국어에 비해 더 어렵습니다.
- Món ăn Hàn Quốc cay hơn so với món ăn Việt Nam.
  한국음식이 베트남음식에 비해 더 맵습니다.

Văn hóa (문화)

베트남 기후

Việt Nam có địa hình trải dài từ Bắc đến Nam nên khí hậu ở hai miền có sự khác biệt lớn. Hà Nội thuộc khu vực Bắc Bộ nên có khí hậu cận nhiệt đới, 4 mùa rõ rệt trong năm như Xuân, Hạ, Thu, Đông. Còn ở miền Nam thì có khí hậu nhiệt đới khá điều hòa, chỉ có 2 mùa trong năm là mùa khô từ tháng 11 đến tháng 4 và mùa mưa là từ tháng 5 đến tháng 10. Khi vào mùa mưa thì đa số người Việt Nam đều mang theo áo mưa khi đi đường. Hơn nữa, ở miền Nam còn có hiện tượng mưa rào (squall) nên trong thời gian này, bạn nên luôn luôn chuẩn bị một cái ô mang theo bên mình.

베트남은 남북으로 길게 늘어진 지형을 가지고 있어, 두 지역의 기후는 크게 차이가 난다. 북부지역에 있는 하노이는 아열대성 기후이며, 봄, 여름, 가을, 겨울과 같이 연중 뚜렷한 사계절을 갖고 있다. 남부 지역은 열대 몬순기후이며, 건기는 11월부터 4월이고 우기는 5월부터 10월까지로 연중 2개의 계절만 있다. 우기가 되면 많은 베트남 사람들이 길을 다닐 때 우비를 가지고 다닌다. 게다가 남부지역은 소나기(스콜) 현상이 있기 때문에 이 기간에는 항상 우산을 준비하는 것이 좋다.

아열대와 열대몬순

베트남은 위도 8°30′-23°22′과 경도 10°29′-109°30′사이에 위치하고 있으며, 남북의 길이가 1,750km에 이를 정도로 길다 보니 북쪽지역은 아열대, 남쪽지역은 열대몬순으로 큰 차이가 있다.

아열대의 북부는 사계절이 존재한다. 여름이 가장 길고, 봄과 가을이 짧다. 겨울에도 최저 온도가 4℃ 이하로 떨어지지 않으므로 눈이 내리지 않는다. 그러나 난방 시설이 되어 있지 않아 북부의 겨울은 매우 춥다. 안개비가 자주 와서 매우 습하기도 하다.

열대몬순의 남부는 건기 11월부터 4월까지, 우기 5월부터 10월까지로 늘 더운 날씨이다.

Phần giá (단원평가)

❶ 다음 문장 중 'gì'의 사용이 틀린 것을 고르시오.

① Em tên gì?

② Không có gì.

③ Anh muốn ăn gì?

④ Cái gì cũng được.

⑤ Em đi đâu gì?

❷ 아래 A, B, C에 들어갈 말로 알맞은 것을 고르시오.

(a) Điện thoại Hàn Quốc tốt hơn (a) điện thoại Trung Quốc.

(b) Thế thì ở đây (b) có điện thoại Samsung (c) à?

	A	B	C
①	và	chỉ	thôi
②	có thể	giống	như
③	theo	chỉ	gì
④	so với	không	phải
⑤	so với	chỉ	thôi

❸ 아래 빈칸에 공통으로 들어갈 말로 알맞은 것을 고르시오.

(a) Đi ______ em nhé!

(b) ______ em thì Nha Trang rất đẹp.

① có thể ② chưa ③ nhé ④ theo ⑤ nhưng

4 빈칸의 보기를 순서에 맞게 배열한 것을 고르시오.

(a) có thể (b) anh (c) không? (d) nói tiếng Việt (e) được

① a-b-d-c-e

② a-d-b-e-c

③ b-a-d-e-c

④ b-a-e-d-c

⑤ c-b-a-d-e

5 빈칸에 들어갈 말로 알맞은 것을 고르시오.

A: A-lô, em đang làm gì đấy?

B: Em đang ngủ. Sao vậy chị?

A: Chị đang học tiếng Việt ở quán cà phê.

B: Chị ở đấy với ai?

A: Ừm, ______________________.

B: Vậy hả? Em sẽ đến đó. Chị ở một mình thì buồn lắm!

① Chị ăn cơm rồi.

② Chị chỉ có một mình thôi.

③ Chị sống ở Hà Nội.

④ Chị vừa đi uống cà phê vừa học tiếng Việt với bạn chị.

⑤ Chị đang nói chuyện với bạn chị.

6 다음 중 'có thể'의 사용으로 알맞은 문장을 고르시오.

① Em có thể lái xe máy được không?

② Anh có thể cô gái được không?

③ Cái này có thể quyển sách phải không?

④ Anh ấy có thể tiếng Việt tốt.

⑤ Tôi có thể bài hát tiếng Việt hay.

7 아래의 문장에 'vừa ... vừa ...'를 사용하여 문장을 만드시오.

(a) Anh xem phim và ăn cơm.

(b) Chị tập thể dục và nghe nhạc.

(c) Em có nhà riêng và xe hơi.

(a)

(b)

(c)

8 다음 보기에서 알맞은 단어를 찾아 괄호 안에 넣으시오.

(a) so với (b) có thể (c) vừa … vừa (d) chỉ … thôi

1) Em ( ) giúp anh được không?

2) Tôi ( ) uống cà phê ( ) học tiếng Việt.

3) ( ) các công ty khác thì công ty Samsung nổi tiếng hơn nhiều.

4) Ở đây ( ) bán phở ( ) à?

9 다음 단어를 어법에 맞게 순서대로 배열하시오.

1) có thể / nấu ăn / anh / được không?

2) vừa / thường / tôi / vừa / đi bộ / nghe nhạc

3) đi / taxi đó / anh / hãy / theo

4) bánh tôm / thôi / nhà hàng kia / bún chả / chỉ / có bán / và

10 다음 문장을 'có thể'를 이용한 문장으로 바꿔 보시오.

(a) Em ăn món ăn Việt Nam được không?

(b) Anh giúp em được.

Bản ghi nhớ

Bài 11

Đây là ai?

Hội thoại (회화)

A: Anh đang làm gì?
오빠 뭐하고 있어요?

B: Tôi đang đọc tin tức của hôm nay.
오늘 뉴스를 읽고 있어요.

A: Thế à? Khi có thời gian rảnh, tôi cũng thường đọc báo để biết tin tức.
그래요? 한가할 때 저도 뉴스를 보기 위해 보통 신문을 읽어요.

Còn tôi hay xem tin tức bằng điện thoại.
그런데 저는 핸드폰으로 뉴스를 자주 봐요.

À, tôi vừa mới đọc một tin này, anh có muốn xem không?
아, 방금 기사 하나를 읽었는데, 볼래요?

B: Đây là ai? Hình như tôi đã thấy cô ấy trên tivi hôm qua.
이 사람은 누구에요? 어제 텔레비전에서 봤던 것 같아요.

A: Đúng rồi, có lẽ gần đây cô ấy càng ngày càng nổi tiếng ở Việt Nam.
맞아요, 아마도 그녀는 베트남에서 날이 갈수록 유명해지는 것 같아요.

Cô ấy là người Hàn Quốc hát tiếng Việt rất hay.
그녀는 베트남어 노래를 정말 잘 부르는 한국 사람이에요.

B: Ồ, cô ấy vừa đẹp và vừa hát hay nữa. Cô ấy giỏi quá.
오, 예쁘면서 노래도 잘 하네. 정말 잘하네요.

A: Cô ấy chỉ mới ở Việt Nam 2 năm thôi mà nói tiếng Việt rất tốt.
그녀는 베트남에 온지 2년밖에 안됐는데 베트남어를 정말 잘해요.

B: Chắc là cô ấy rất thích Việt Nam.
확실히 그녀는 베트남을 정말 좋아하는 것 같아요.

chú giải (해설)

1 'Đây là …'의 용법

'Đây là…'는 '이 분은/이 곳은 ~이다'이라는 의미로, '사람' 또는 '장소'를 말할 때 사용하는 지시대명사이다.

- Đây là mẹ của em. 이 분은 우리 어머니입니다.
- Đây là nơi di tích Việt Nam. 여기는 베트남 유적지입니다.

2 'ai'의 용법

'누구입니까?'라는 의미의 의문사이다.

- Ai đẹp trai nhất? 누가 제일 멋있습니까?
- Ai là sinh viên năm thứ hai? 누가 2학년 학생입니까?

3 'để'의 용법

(1) để: '~에 두다'라는 의미이다.

- Anh ơi! Bút của em để ở đâu? 형! 제 펜 어디에 두었어요?

(2) để + 동사: '동사하기 위하여'라는 의미이다.

- Học chăm chỉ để thi tốt. 시험을 잘 보기 위해 공부를 열심히 합니다.

4 'khi'의 용법

'~할 때' 라는 의미로, 문장 첫머리에 위치하여 시간(때)을 나타내는 부사구를 만든다.

- Khi có thời gian hãy gửi tin nhắn cho anh. 시간이 있을 때 저한테 문자 보내주세요.
- Khi mùa đông đến thì ở Hàn Quốc có tuyết. 겨울이 오면 한국에는 눈이 내립니다.
- Khi còn nhỏ anh ấy dễ thương lắm. 어렸을 때 그는 매우 귀여웠습니다.

5 'có lẽ'의 용법

'아마도'라는 의미로, 추측 또는 신중한 긍정을 표현할 때 사용한다.

- Có lẽ anh ấy không có bạn gái. 그는 아마 여자친구가 없을 것 같습니다.
- Có lẽ em làm bài thi tốt. 저는 시험을 잘 본 것 같습니다.

6 'càng ngày càng B'의 용법

'날이 갈수록 더 B하다'라는 의미이다. 'càng A càng B' 의 형태로 사용할 경우, 'A할수록 더욱 B하다'라는 의미이다.

- Chị ấy càng ngày càng đẹp. 그녀는 날이 갈수록 더 아름다워집니다.
- Anh ấy càng ngày càng nói tiếng Việt giỏi.
  그는 날이 갈수록 더 베트남어를 잘합니다.
- Việt Nam càng ngày càng nóng. 베트남은 날이 갈수록 더 덥습니다.

7 'hình như … thì phải'의 용법

'~인 것 같다'라는 의미로, 추측을 나타낼 때 사용한다. 'hình như' 또는 'thì phải' 중 하나를 생략할 수 있다.

- Hình như trong nhà đó không có người thì phải.
  그 집 안에는 사람이 없는 것 같습니다.
- Ngày mai cô giáo sẽ kiểm tra thì phải. 내일 선생님이 검사할 것 같아.
- Hình như sắp mưa. 곧 비가 올 것 같아.

8 'vừa mới'의 용법

'이제 막, 방금'이라는 뜻이다. 'vừa mới + 동사'의 형태로 쓰이며, 'vừa' 또는 'mới' 단독으로 사용할 수도 있다.

- Em vừa mới gặp anh ấy. 방금 그와 만났습니다.
- Anh ấy vừa đi du lịch. 그는 이제 막 여행을 갔어요.
- Anh ấy mới bắt đầu học tiếng Việt. 그는 이제 막 베트남어를 공부하기 시작했습니다.

Văn hóa (문화)

설에 많이 쓰는 덕담

Ở Việt Nam, trong dịp lễ Tết, người ta thường dùng các câu chúc phổ biến như : " Chúc mừng năm mới", " An khang thịnh vượng", " Vạn sự như ý", " Phát tài phát lộc" ...

베트남에서는 설에 보통 "새해 복 많이 받으세요", "건강하고 풍요롭길 기원합니다", "원하시는 대로 다 이루기를 기원합니다", "재산과 행운이 가득하기를 기원합니다" 등과 같은 덕담을 한다.

원단절

원단절은 베트남에서 가장 크고, 중요한 명절이다. 음력 1월 1일부터 1월 3일은 조상을 기리고, 가족 및 친구들과 만나 한 해를 새롭게 시작하는 날이다. 원단절이 다가오면 한국의 설 기간에 민족 대이동이 있는 것처럼 베트남에서도 '민족대이동'이 시작된다.

음력 12월 30일, 베트남 사람들은 음식 또는 과일을 준비해서 모두 밖으로 나와 'Giao thừa (쟈오 트어)'의식을 준비한다. 자정 12시가 되면 새해를 맞이한 기쁨을 나누며 서로를 축복해준다. 이 '쟈오트어' 의식의 의미는 '지난해의 나쁜 것은 다 버리고, 다가온 새해의 행운을 맞이한다.'라는 의미이다.

원단절에 베트남 사람들은 '반쯩' 혹은 '반뗏'이라 불리는 전통 음식을 먹으며, 북부지방 사람들은 금귤나무와 복숭아꽃을 가정의 응접실, 상점, 사무실 등에 장식한다. 금귤나무는 열매가 황금색으로 풍요와 번영을 상징하며 붉은 색의 복숭아꽃은 악한 기운을 막아주고 봄의 생기를 전해주는 것으로 인식되고 있다. 남부지방 사람들은 금귤나무와 함께 열대기후의 특성상 이 시기에 주로 피는 매화를 장식한다.

구정 첫째 날에는 부모님과 윗어른들께 세배를 드리고, 서로를 축복하며, 아이들에게 세배돈을 건낸다. 둘째 날에는 가까운 친척, 형제들을 만나 덕담을 나누고, 셋째 날에는 스승을 찾아 뵙고 축하 인사말을 전한다.

Phần giá (단원평가)

1 다음 문장 중 'để'의 의미가 다른 것을 고르시오.

① Tôi sẽ học chăm chỉ để được điểm cao.

② Bạn đến Việt Nam để làm gì?

③ Điện thoại di động của em để ở đâu?

④ Sáng mai em phải dậy sớm để không đi học muộn.

⑤ Anh hãy nói chuyện chậm hơn để mọi người hiểu.

2 다음 (a), (b)에 들어갈 말로 알맞은 것을 고르시오.

> A: Anh ấy là ______ ?
>
> B: Anh ấy là ca sĩ nổi tiếng. Anh ấy ______ đến Việt Nam.

① (a) đâu (b) được

② (a) đâu (b) có

③ (a) ai (b) có

④ (a) ai (b) vừa mới

⑤ (a) ai (b) để

3 아래 빈칸에 공통으로 들어갈 말로 알맞은 것을 고르시오.

> (a) ______ anh xem nào.
>
> (b) Mình đến Đà Nẵng ______ đi du lịch.

① khi ② có lẽ ③ để ④ vừa ⑤ hình như

4 아래 밑줄 친 단어의 뜻으로 알맞지 않은 것을 고르시오.

① Việt Nam càng ngày càng phát triển. - 날이 갈수록

② Anh ấy làm việc chăm chỉ để kiếm tiền. - 하기 위해

③ Hình như trời sẽ mưa. - 인 것 같다

④ Có lẽ anh đang bận. Chúng ta nói chuyện sau nhé! - 아마도

⑤ Chị ấy vừa học vừa xem tivi. - 이제 막

5 다음 대화의 내용으로 알 수 있는 것은?

> Mai: Tại sao hôm nay em Hoa không đi làm?
> Tuấn: Hình như em ấy đi bệnh viện.
> Mai: Làm sao anh biết?
> Tuấn: Tại vì hôm qua anh thấy mặt em Hoa đỏ và hơi sốt.
> Mai: Anh gọi điện cho em Hoa chưa?
> Tuấn: Chưa, đợi một chút. Để anh gọi cho em ấy.

① Hoa는 병원에 입원했다.

② Hoa는 오늘 친구와 함께 출근했다.

③ 오늘 Hoa는 열이 좀 있었다.

④ Tuấn은 오늘 Hoa와 통화를 했다.

⑤ Tuấn은 곧 Hoa에게 전화를 걸 것이다.

6 아래 빈칸에 공통으로 들어갈 말로 알맞은 것을 고르시오.

> (a) Em ______ nhận được thư anh gửi.
> (b) Mẹ em thường ______ hát ______ nấu ăn.

① vừa ② mới ③ có ④ để ⑤ được

7 다음 문장을 보고, 빈칸에 들어갈 말로 알맞은 것을 모두 고르시오.

> 아마 그녀는 오늘 오지 않을 것 같아요.
>
> ______ cô ấy không đến.
>
> a. Có lẽ   b. Hình như c. Mặc dù   d. Vì

① a,b   ② a,c   ③ b,c   ④ b,d   ⑤ a,b,c

8 다음의 문장을 베트남어로 옮기시오.

(a) 누가 한국 사람입니까?

(b) 여기는 나의 대학교입니다.

9 다음 문장 중 틀린 것을 고르시오.

① Bệnh của anh ấy càng ngày càng nặng.

② Em ấy vừa mới về nhà.

③ Cái bút này là của ai?

④ Em học tiếng Việt để trên bàn.

⑤ Hình như cô ấy sắp lập gia đình.

⑩ 'càng ngày càng' 과 'càng A càng B' 용법을 사용하여 아래의 문장을 베트남어로 쓰시오.

1) 그 누나는 날이 갈수록 예뻐.

2) 그 친구는 날이 갈수록 공부를 잘해.

3) 빨리 할수록 좋아요.

Bài 12

Đó là cái gì?

Hội thoại (회화)

A (Khách du lịch) : Chị ơi ! Cho em hỏi. Đó là cái gì?

A 여행객 : 여기요! 뭐 좀 여쭤볼게요. 그게 뭔가요?

B (Người bán hàng) : À, đó là cái nón lá.

B 판매인 : 아, 그건 논라잎으로 만든 모자예요.

A (Khách du lịch) : Nón lá dùng để làm gì? Trông nó rất lạ.

A 여행객 : 논라는 뭐 하는데 사용하나요? 매우 낯설어 보여요.

B (Người bán hàng) : Nó dùng để đội. Đây là một loại nón truyền thống của Việt Nam.

B 판매인 : 쓰려고 사용하죠. 이것은 베트남 전통모자예요.

A (Khách du lịch) : À, thì ra vậy. Chị có bán nó không?

A 여행객 : 아, 그렇군요. 그거 파시나요?

Tất cả các bạn em đều rất thích Việt Nam nên em muốn mua để làm quà.

제 친구들 모두 베트남을 매우 좋아해서 선물하기위해 사고 싶어요.

B (Người bán hàng) : Xin lỗi, Chị không bán cái này.

B 판매인 : 미안해요, 이 논라는 안 팔아요.

Chắc là ở gần đây có một chỗ bán nón lá cho khách du lịch.

확실히 이 근처에 여행객을 위해 논라를 파는 곳이 있을 거에요.

A (Khách du lịch) : Ồ, may quá. Nhờ chị chỉ đường đến đó giúp em.

A 여행객 : 오, 정말 잘됐군요. 그곳에 가는 길을 가르쳐주세요.

B (Người bán hàng) : Em đi thẳng đường này thử. Hãy đi bộ đừng đi taxi, gần lắm!

B 판매인 : 이 길로 곧장 가보세요. 택시 타지 말고 걸어가세요, 아주 가까워요!

chú giải (해설)

1 'Đó là'의 용법

'그것은 ~이다'라는 의미이며, 화자와 조금 떨어져 있거나 특정한 사물 또는 사람을 가리킬 때 사용하는 지시대명사이다.

- Đó là quà sinh nhật của em. 그것은 제 생일선물이에요.
- Đó là công ty của anh. 그것은 오빠 회사야.
- Đó là di sản văn hóa của Việt Nam. 그것은 베트남의 문화유산이에요.

2 'nhờ'의 용법

'요청합니다, 부탁합니다' 또는 '~덕분에'라는 의미로, 정중히 부탁/요청할 때 사용한다.

- Anh ấy nhờ em mua sách giùm. 그는 저에게 책을 사달라고 부탁했어요.
- Nhờ cô kiểm tra lại một lần nữa. 한번 더 다시 검사해주세요.
- Nhờ anh ấy, em không bị muộn. 그 덕분에, 저는 늦지 않았어요.

3 'chắc là'의 용법

'확실히 ~ 일 것이다'라는 의미로 강한 확신 또는 추측을 나타내는 표현이다.

- Chắc là ngày mai có kiểm tra. 확실히 내일 검사 할 거예요.
- Chắc là hôm nay sẽ mưa to. 확실히 오늘 큰 비가 올 거예요.
- Anh ấy chắc là người mẫu. 그는 확실히 모델인 거 같아요.

4 'đừng'의 용법

'~하지 마라'라는 의미로 부정명령형을 만든다. 문형은 'đừng + 동사'이다.

- Đừng nói dối! 거짓말 하지마!
- Anh đừng uống rượu nhiều. 술을 많이 마시지 말아요.
- Em đừng khóc nữa. 더 이상 울지마.

5 'hãy'의 용법

'~하세요'라는 의미로, 가벼운 명령/요구를 나타낼 때 사용한다. 문형은 'hãy + 동사'이다.

- Chúng ta hãy đi đi. 우리 갑시다.
- Hãy tập thể dục hàng ngày. 매일 운동하세요.
- Em hãy học chăm chỉ. 열심히 공부하세요.

* 문형이'hãy + 동사'이기 때문에 'Hãy em học chăm chỉ'는 틀린 문장이다.

6 'Tất cả + 명사 + đều + 동사/형용사'

'모든 명사가 동사/형용사 하다' 라는 의미이다. 'mọi + 명사 + đều 동사/형용사' 도 같은 의미이다.

- Tất cả những cái áo ở đây đều rất đẹp. 여기에 있는 옷 모두 정말 예뻐요.
- Mọi người đều đã ra ngoài. 모든 사람들은 밖에 나갔어요.
- Mọi thứ đều như cũ. 모든 것이 예전과 같다.

Văn hóa (문화)

베트남의 차문화

Uống trà là một nét văn hóa lâu đời. Vì ngày xưa con người gặp nhiều khó khăn trong việc tìm nước uống nên văn hóa uống trà dần dần rất được phát triển. Khi uống trà thì cần phải đun sôi nước, sau đó cho trà vào, lá trà từ từ nở ra thì có thể dùng. Uống trà với nhau như là một phương tiện làm mọi người gần gũi và hiểu nhau hơn. Ngoài ra, trà cũng có ý nghĩa thể hiện lòng thành kính. Vào ngày giỗ, trà luôn được chuẩn bị trên bàn thờ tổ tiên. Khi đám cưới cũng được dùng với ý nghĩa trân trọng. Mời trà là một cách ứng xử văn hóa, biểu hiện lòng mến khách của người Việt. Ở phía Bắc, người ta thường gọi trà là "chè", "uống chè" thay vì "uống trà" như miền Nam.

차를 마시는 것은 오랜 문화이다. 옛날에는 식수를 구하기 어려웠기 때문에, 차를 마시는 문화가 발달해 왔다. 차를 마실 때는 물을 끓여야 했고, 그 후에 찻잎을 넣은 다음, 찻잎이 퍼지면 마실 수 있었다. 이러한 차는 모든 사람들이 소통과 함께 더욱 가깝게 만들어 주는 수단이 되었다. 그 외에, 차는 또한 존경하는 마음을 나타내는 의미를 갖고 있다. 제삿날 조상을 모시는 상에는 차를 항상 준비한다. 결혼할 때에도 존중의 의미로 사용된다. 차를 초대하는 것은 문화적인 행동 양식이며, 베트남 사람들이 손님에 대해 친애하는 마음을 표현하는 것이다. 북쪽에서, 사람들은 차(trà)를 "chè(째)"라고 부르며, 남부 지역에서 "짜를 마신다" 라고 하는 대신 "째를 마신다"라고 한다.

지역마다 다른 차문화

베트남에서는 손님을 초대하여 맛있는 차를 함께 마시는 것이 손님에게 마음을 표현하는 중요한 풍습이다. 그런데 차를 마시는 풍습은 지역마다 조금씩 차이가 있다. 옛 하노이 사람들은 연꽃 차, 자스민 차, 데이지 차 등과 같은 향을 염장한 차를 좋아했다. 특히 연꽃차는 귀한 차로 귀빈에게 접대하거나 선물로 쓰였다. 북부 사람과 중부 사람들은 보통 뜨겁고 진한 차를 마시며 남부 사람들은 얼음을 넣어 희석하여 마신다. 냉차는 호찌밍시 주변에서 서민들이 흔히 마시는 갈증 해소를 위한 음료이다.

Phần giá (단원평가)

1 아래의 문장 중 'đừng'의 사용이 틀린 것을 고르시오.

① Con đừng làm như vậy.

② Em đừng quyển sách.

③ Anh đừng hút thuốc!

④ Em đừng nói dối!

⑤ Đừng chạy nhanh.

2 빈칸의 보기를 순서에 맞게 배열한 것을 고르시오.

(a) đều (b) bệnh viện (c) đi (d) hai người

① a-b-d-c

② a-d-b-c

③ d-a-c-b

④ d-a-b-c

⑤ b-a-c-d

3 아래 빈칸에 공통으로 들어갈 말로 알맞은 것을 고르시오.

(a) Anh ______ nói xấu như vậy!

(b) Em ______ gặp bạn ấy nữa!

① đi ② đều ③ nhờ ④ đó là ⑤ đừng

4 아래 대화의 상황으로 빈 칸에 들어갈 말로 알맞은 것을 고르시오.

A: Em Nguyên, bây giờ có rảnh không?
B: Dạ, em rảnh. Sao vậy?
A: Bây giờ ______ được không?
B: Dạ, được. Anh chờ một chút.
A: Cảm ơn em!

① anh muốn đi
② anh vừa đi học về
③ chắc là giỏi lắm
④ anh nhờ em giúp
⑤ anh chị đều đi làm

5 아래의 문장 중 'chắc là'가 올바로 쓰인 문장을 고르시오.

① Chắc là cô ấy rất đẹp.
② Chắc là món đó ngon được không?
③ Hôm nay trời mưa chắc là.
④ Bạn gái của anh ấy chắc là tất nhiên rồi.
⑤ Chắc là cô ấy được nhiều xem phim.

6 다음 문장 중 알맞지 않은 것을 고르시오.

① Em nhờ anh giúp em được không?
② Đi nhanh lên hãy.
③ Chắc là em ấy muộn rồi.
④ Anh đừng nói nữa.
⑤ Đến ngã tư thì hãy rẽ phải.

7 아래 빈칸에 공통으로 들어갈 말로 알맞은 것을 고르시오.

(a) ______ em hôm nay chị rất vui vẻ.
(b) Em ______ anh mua thuốc giùm.

① nên ② đều ③ nhờ ④ hãy ⑤ đừng

8 다음 대화를 보고 보기의 알맞은 단어를 고르시오.

(a) đều (b) đừng (c) hãy (d) chỉ (e) phải

(1)
A: Anh không muốn gặp em hả?
B: Không. ______ nói như vậy!

① a ② b ③ c ④ d ⑤ e

(2)
A: Dạo này em béo lên nhiều rồi.
B: Em ______ tập thể dục.

① a ② b ③ c ④ d ⑤ e

(3)
A: Hôm nay 2 em ______ trông có vẻ không khỏe.
B: Đúng rồi. Chúng em bị cảm rồi.

① a ② b ③ c ④ d ⑤ e

9 아래의 문장을 ( ) 안의 단어를 사용하여 바꾸시오.

(a) Em có thể giúp anh được không? (nhờ)

(b) Các bạn im lặng trong thời gian thi. (hãy)

(c) Cả 2 người sai rồi. (đều)

(a) Em có thể giúp anh được không?

(b) Các bạn im lặng trong thời gian thi.

(a) Em có thể giúp anh được không?

⑩ 다음 단어를 어법에 맞게 순서대로 배열하시오.

1) giàu / chắc là / lắm / cô ấy

2) anh /em / nhờ / giúp / làm/ cà phê đá / 3 cốc

3) ăn kiêng / em / đi / hãy

4) múa rối nước / truyền thống Việt Nam / đó là

Bài 13

Đây là nhà cho thuê.

Hội thoại (회화)

A (Khách) : Chào anh! Đây có phải là công ty bất động sản A không?

A손님 : 안녕하세요! 여기가 A 부동산인가요?

B (Nhân viên) : Dạ, đúng rồi. Tôi có thể giúp gì được cho chị?

B직원 : 네, 맞습니다. 무엇을 도와드릴까요?

A (Khách) : Tôi đang định tim thuê một căn nhà. Tôi muốn tìm một căn có diện tích khoảng 100㎡, nhà riêng chứ không phải căn hộ chung cư.

A손님 : 저는 집을 하나 찾고 있어요. 아파트는 아니고, 주택으로 면적이 약 100㎡ 정도되는 집을 찾고 있어요.

B (Nhân viên) : Dạ, tôi hiểu rồi. Chị xem danh sách những địa chỉ và hình ảnh đính kèm này.

B직원 : 네, 알겠습니다. 이 첨부 사진과 주소들의 리스트를 보세요.

Đây là nhà cho thuê. Nhưng xin lỗi, chị muốn thuê nhà ở khu vực nào?

여기가 임대해주는 집이에요. 실례지만 어느 지역에 있는 집을 빌리시고 싶으세요?

A (Khách) : Tôi muốn thuê ở trung tâm thành phố, như khu vực Mỹ Đình và Cầu Giấy. Dạo này giá ở các khu vực đó có cao lắm không?

A손님 : 미딩이나 꺼우져이 같은 시내 중심에 있는 집을 빌리고 싶어요. 요즘 그 지역들의 가격이 많이 높나요?

B (Nhân viên) : Ở trung tâm nên giá luôn luôn cao. Nếu ở xa một chút thì đôi khi sẽ rẻ hơn. Chị để lại số điện thoại. Tôi sẽ liên lạc sớm cho chị.

B직원 : 중심기에 있어서 항상 가격이 높아요. 만약 중심가로부터 조금 떨어진 곳이면 더 쌀 거에요. 전화번호 남겨놓으세요. 제가 빠른 시일 내에 연락 드릴게요.

A (Khách) : Dạ , cám ơn anh. Nhờ anh liên lạc sớm giùm ạ.

A손님 : 네, 감사합니다. 빨리 좀 연락 주세요.

chú giải (해설)

1 'giúp'의 용법

1) '돕다'라는 의미이다.

- Em giúp mẹ làm việc nhà. 저는 어머니가 집안일 하는 것을 돕습니다.
- Anh ấy giúp cô ấy mang hành lý. 그는 그녀가 짐 옮기는 것을 도와주었습니다.
- Giúp đỡ người khó khăn là việc tốt. 어려운 사람을 돕는 것은 좋은 일이다.

2) 상대방에게 예의 바르게 말하는 표현으로 '동사 + (목적어) + giúp/giùm'의 문형은 '도와서 ~ 하다'라는 의미이다.

- Anh sửa giúp em máy photocopy này được không?
  이 복합기 고쳐줄 수 있어요?
- Chị nói anh ấy giùm em. 그에게 말해주세요.

2 'khoảng'의 용법

'약, 대략'이라는 의미로 확실하지 않은 수나 양을 표현할 때 사용한다. 수사 앞에 위치한다.

- Cái áo này khoảng 200.000 đồng. 이 옷은 약 20만 동 입니다.
- Cô ấy khoảng 25 tuổi. 그녀는 약 25살 입니다.
- Khoảng 2 năm sau, tôi đã gặp lại cô ấy. 약 2년 뒤, 난 그녀를 다시 만났다.

3 'những'의 용법

'~들'이라는 의미로 명사 앞에 위치하여 복수형을 만든다.

- Những cái nón này đều rất đắt. 이 논(모자의 종류)들은 모두 매우 비싸다.
- Tôi đang tìm những cuốn sách cũ. 나는 낡은 책들을 찾고 있는 중이다.
- Những người học chăm chỉ đều thi tốt. 열심히 공부한 사람들은 모두 시험을 잘 본다.

4 'như'의 용법

'~와 같이/~ 처럼'이라는 의미이다.

- Cô ấy cao như người mẫu. 그녀는 모델처럼 키가 크다.
- Tôi muốn học tiếng nước ngoài như tiếng Pháp, tiếng Trung Quốc.
  나는 프랑스어, 중국어와 같은 외국어를 공부하고 싶다.
- Như chị ấy nói, anh ta đã đi nước ngoài. 그녀가 말한 것처럼, 그는 외국에 갔다.

5 'A chứ không phải B'의 용법

'A이지 B가 아니다'라는 의미로, B를 부정하고 A를 긍정하는 표현이다.

- Cô ấy là ca sĩ chứ không phải là người mẫu. 그녀는 가수이지, 모델이 아니다.
- Ông ấy đang đọc sách chứ không phải đang ngủ.
  그는 책을 읽고 있지, 자는 중이 아니다.
- Đây là lớp tiếng Anh chứ không phải lớp tiếng Pháp.
  여기는 영어 반이지, 프랑스어 반이 아니다.

6 빈도 표현

베트남의 빈도 표현은 'luôn luôn > thường > thỉnh thoảng > ít khi > không bao giờ' 등이 있다.

1) luôn luôn : 항상

- Em luôn luôn đến lớp đúng giờ. 저는 항상 정시에 교실에 도착합니다.
- Anh ấy luôn luôn về nhà sớm. 그는 항상 집에 일찍 갑니다.

2) thường/ hay : 보통/자주

- Ông ấy thường tập thể dục lúc 6 giờ sáng. 그는 보통 아침 6시에 운동을 합니다.
- Em bé thường khóc khi đói bụng. 애기는 보통 배가 고플 때 웁니다.

3) thỉnh thoảng/ đôi khi : 때때로

- Bố mẹ em thỉnh thoảng cùng nhau đi du lịch nước ngoài.
  저의 부모님은 때때로 해외여행을 같이 가십니다.

- Đôi khi em đi học muộn/ Em đôi khi đi học muộn. 저는 때때로 지각을 합니다.

4) ít khi/ hiếm khi : 가끔

- Cô ấy ít khi đi xem phim một mình. 그녀는 가끔 혼자서 영화를 보러 갑니다.

- Anh ấy hiếm khi trễ hẹn. 그는 가끔 약속에 늦습니다.

5) không bao giờ : 절대

- Cô ấy không bao giờ uống bia. 그녀는 절대로 맥주를 마시지 않습니다.

- Em không bao giờ hút thuốc. 나는 절대로 담배를 피우지 않습니다.

Văn hóa (문화)

베트남 오침 문화

Trong một ngày làm việc, tại các công ty, văn phòng, trường học, nhà dân ... ở Việt Nam đều có thời gian nghỉ ngơi khoảng từ 11giờ đến 1giờ trưa gọi là nghỉ trưa. Giờ nghỉ trưa cũng có thể thay đổi một chút tùy nơi. Đặc biệt hầu hết người Việt Nam thường tranh thủ ngủ trong thời gian nghỉ trưa. Vì khí hậu nóng nên có văn hóa này. Người Việt Nam thường thức dậy lúc 5giờ hay 6 giờ sáng và bắt đầu làm việc sớm nên giờ nghỉ trưa là để có thể làm việc vào buổi chiều được hiệu quả hơn.

베트남에서는 집, 학교, 사무실, 회사에서 일을 하는 하루 동안 약 11시부터 1시까지 오침이라고 하는 쉬는 시간을 갖는다. 쉬는 시간이 기관에 따라 조금 바뀔 수도 있다. 특히 대부분의 베트남 사람은 보통 점심시간에 잠을 청한다. 더운 기후 때문에 이러한 문화를 갖고 있다. 베트남 사람은 보통 아침 5시 또는 6시에 일어나고, 일찍 일을 시작하기 때문에 점심에 휴식을 취하는 시간은 오후 보다 더 효과적으로 일을 할 수 있도록 하기 위한 것이다.

치아 염색

치아 염색은 베트남, 일본, 말레이시아, 중국 남부 지방과 같은 동아시아의 많은 민족에게서 볼 수 있는 옛 풍속 중 하나이다. 베트남에서는 다수 종족인 낑 족은 물론, 타이, 시라, 따이, 자오와 같은 다른 종족들에게서도 이러한 풍속을 볼 수 있다. 하지만 치아 염색은 각 종족들마다 건강과 미학적인 측면에서 서로 다른 목적을 갖고 있으며 염색을 하기 위한 재료 또한 다르다. 프랑스 식민지 시절 베트남인들은 서양인의 하얀 치아를 강아지의 치아와 같다고 생각하기도 하였다.

Phần giá (단원평가)

1 베트남어로 작문 시 순서에 맞게 배열한 것을 고르시오.

나는 그 부인이 도와주시기를 원한다.

(a) Tôi muốn (b) cho (c) bà ấy (d) giúp

① c-a-d-b

② a-c-d-b

③ a-b-c-b

④ b-d-a-c

⑤ b-c-b-a

2 아래 문장의 ( ) 안에 알맞은 것을 고르시오.

Xoài này một ký ( ) bao nhiều tiền?

① khoảng

② nhưng

③ những

④ nên

⑤ nếu

3 아래 빈칸에 공통으로 들어갈 말로 알맞은 것을 고르시오.

(a) ______ sinh viên này đang đọc sách.

(b) Ở văn phòng có ______ nhân viên làm việc chăm chỉ.

① với ② nếu ③ vì ④ những ⑤ có

4 다음 중 틀린 문장을 고르시오.

① Chị có thể giúp tôi được không?
② Quán cà phê kia có nhiều những đẹp sinh viên.
③ Khoảng cách từ đây đến đó là 10km.
④ Món ăn này là phở bò chứ không phải bún bò Huế.
⑤ Chị Tuyết đẹp như diễn viên.

5 다음 중 틀린 문장을 고르시오.

① Tôi muốn giúp nhiều người.
② Tôi giảm cân được khoảng 5kg.
③ Mặt tôi và mặt anh trai giống nhau như sinh đôi.
④ Nhà của tôi có những con chó dễ thương.
⑤ Anh ấy học nhiều như chăm chỉ.

6 다음 문장을 베트남어로 바꾸시오.

1) 저는 보통 아침을 안 먹습니다.

2) 나는 항상 아침에 학교에 간다.

3) 그는 절대로 담배를 피우지 않는다.

7 다음 대화를 보고 보기의 알맞은 단어를 골라 빈칸을 채우시오.

(a) giúp (b) khoảng (c) như

1)

A: Anh ______ em được không?

B: Xin lỗi. Bây giờ anh rất bận.

2)

A: Chị ấy đẹp ______ diễn viên.

B: Em cũng thấy vậy. Nhưng nghe nói là chị ấy rất mất lịch sự.

3)

A: Em đến đây mất ______ bao lâu?

B: Dạ, ______ 5 phút thôi.

8 빈칸에 들어갈 말로 알맞은 것을 고르시오.

A: Bạn đã nghe gì về anh Thành chưa?

B: Nghe cái gì?

A: Anh Thành là ______!

B: Ôi, trời ơi! Anh Thành giàu thật hả?

A: Ừ, thật mà.

① người lái xe buýt

② người giàu chứ không phải người nghèo đâu

③ người sống cách đây khoảng 8km

④ người nói nhiều lắm

⑤ một diễn viên nổi tiếng

9 아래 문장 중 밑줄 친 부분을 알맞게 고치시오.

1) Em có cần anh giứp không?

2) Từ đây đến trường đại học mất khoãng 10 phút.

3) Nhưng sinh viên đẹp này đều là bạn của em.

4) Tôi cũng nghĩ nhú anh.

10 다음 문장을 'A chứ không phải B'를 이용하여 문장을 알맞게 바꿔 보시오.

(a) Chị ấy không phải là bạn gái của anh ấy mà là bạn gái của tôi.

(b) Hôm nay không phải là thứ ba. Hôm nay là thứ hai.

Bản ghi nhớ

Bài 14

Tôi muốn đặt một phòng đơn

Hội thoại (회화)

A (Khách) :

Xin chào! Đây có phải là khách sạn Daewoo không? Tôi thấy trên mạng khách sạn này có vẻ được đánh giá tốt. Tôi muốn đặt phòng.

A(손님): 안녕하세요. 여기가 대우호텔이 맞나요? 나는 인터넷에서 이 호텔이 좋은 평가를 받고 있는 것으로 보았어요. 방을 예약하고 싶어요.

B (Nhân viên khách sạn) :

Dạ, đúng rồi anh. Xin lỗi anh định đặt phòng vào ngày nào ạ?

B (호텔직원) : 네, 맞습니다. 실례지만 언제 방을 예약하실건가요?

A (Khách) :

Tôi muốn đặt một phòng vào ngày 5 tháng 10.

A (손님) : 10월 5일에 방을 예약하고 싶어요.

B (Nhân viên khách sạn) :

Dạ , xin lỗi anh muốn đặt loại phòng gì ạ?

B (호텔직원) : 네, 실례지만 어떤 종류의 방을 예약하고 싶으신가요?

A (Khách) :

Tôi muốn đặt một phòng đơn, nhìn ra bờ sông và ở tầng cao.

A (손님) : 네. 높은 층에 있고 강이 보이는 싱글룸을 예약하고 싶어요.

B (Nhân viên khách sạn) :

Dạ. Đợi một chút ạ. Xin lỗi, bây giờ chỉ còn phòng 108 nhìn ra bờ sông nhưng là phòng đôi và 109 là phòng đơn nhưng không nhìn ra bờ sông. Giữa phòng 108 và 109 chị muốn phòng nào?

B(호텔직원): 네. 잠시만 기다려주세요. 죄송합니다만 지금은 강이 보이지만 더블룸인 108번 방과 강이 보이지 않지만 싱글룸인 109번 방만 있네요. 108번 방과 109번 방 중에 어떤 방을 원하시나요?

A (Khách) :

Cả 2 phòng đều ở tầng cao hả? Xin hỏi giá phòng hiện tại như thế nào?

A (손님) : 두 방 모두 고층인가요? 현재 방 가격이 어떻게 되나요?

B (Nhân viên khách sạn) :

Dạ, đúng rồi. Phòng đơn thì 65 đô một đêm, phòng đôi thì 100 đô một đêm.

B (호텔직원) : 네, 맞습니다. 싱글룸은 1박에 65불이고, 더블룸은 1박에 100불입니다.

A (Khách) :

Giá cũng không cao lắm. Vậy chị cho tôi lấy phòng 109. Ngày mồng 5 đầu tuần sau, có lẽ tôi sẽ đến lúc 5 giờ chiều.

A(손님): 가격이 아주 높지는 않네요. 그럼 109번 방으로 주세요. 다음 주 초 5일, 아마 오후 5시쯤에 도착할것 같아요.

B (Nhân viên khách sạn) :

Vâng ạ, chị vui lòng cho biết tên. Khi đến chỉ cần nói tên thì có thể nhận phòng.

B (호텔직원): 네, 성함을 알려주시기 바랍니다. 도착하셔서 이름만 알려주시면 방을 받으실 수 있으십니다.

chú giải (해설)

1 'đi … về'의 용법

'~에 갔다 돌아오다'라는 의미로 'đi + 장소 + về' 또는 'đi + 동사 + về'와 같이 사용할 수 있다.

- Em vừa đi học về. 저는 이제 막 공부하고 왔습니다.
- Anh đã đi đâu về? 당신은 어디 갔다 왔습니까?

2 'có vẻ'의 용법

'~처럼 보인다'라는 의미이다.

- Có vẻ trời sắp mưa. 곧 비가 올 것 같습니다.
- Mọi thứ có vẻ ổn. 모든 게 평온해 보입니다.
- Có vẻ như em mập lên hả? 너 살쪄 보이는 것 같은데?

3 'A thì B, C thì D'의 용법

'A는 B고, C는 D다'라는 의미이다.

- Da của anh ấy thì đen, da của chị ấy thì trắng.
  그의 피부는 검고, 그녀의 피부는 하얗다.
- Nhà vệ sinh thì quá chật, nhà bếp thì quá rộng.
  화장실은 너무 좁고, 부엌은 너무 넓다.
- Phở bò thì 40,000 đồng, phở gà thì 50,000 đồng.
  소고기 쌀국수는 4만 동이고, 닭고기 쌀국수는 5만 동이다.

4 'giữa A và B'의 용법

'A와 B 사이에/중간에'라는 의미이다.

- Trường của em nằm ở giữa bệnh viện và đài truyền hình.

  저의 학교는 방송국과 병원 사이에 있습니다.

- Cô ấy đang ngồi ở giữa mẹ và bố.

  그녀는 아버지와 어머니 사이에 앉아 있습니다.

- Giữa em và cô ấy, ai đẹp hơn?

  그녀와 저 중에, 누가 더 예쁩니까?

Văn hóa (문화)

십이지간

Ở Việt Nam cũng có 12 con giáp giống như ở Hàn Quốc. Nhưng có sự khác biệt về 12 con giáp ở Việt Nam và Hàn Quốc. 12 con giáp tiêu biểu ở Hàn Quốc gồm: chuột, bò, hổ, thỏ, rồng, rắn, ngựa, cừu, khỉ, gà, chó, và heo. Nhưng 12 con giáp ở Việt Nam thì có chút khác biệt như bò là trâu, thỏ là mèo, cừu là dê.

베트남에도 한국과 마찬가지로 십이지 동물이 있다. 그러나 한국과 베트남의 십이지는 차이가 있다. 한국에서의 십이지는 쥐, 소, 호랑이, 토끼, 용, 뱀, 말, 양, 원숭이, 닭, 개, 돼지가 있다. 그러나 베트남에서의 십이지는 소는 물소, 토끼는 고양이, 양은 염소로 약간 다르다.

까오 다이(Cao Đài) 교와 화 하오(Hòa Hảo) 교

까오 다이 교와 화 하오 교는 프랑스 식민시대에 남부에서 만들어진 베트남 최대 민족종교로서 현재 신도는 각각 200만에 이르고 있다. 까오 다이교가 급속히 전파될 수 있던 것은 교리책이 국어(quốc ngữ)로 써 있다는 것과, 식민지의 암울한 현실 속에서 종교를 통해 도피하고자 했던 민중의 심리와 민족주의 성향이 팽배했던 시대적 상황 때문이었다. 까오 다이는 불교, 유교, 도교, 기독교를 혼합하여 교리를 만들었기 때문에 베트남 문화의 개방성을 나타내는 것으로 볼 수 있다.

화 하오 교는 불교 교리를 단순화하였다. "화 하오 불교"라고도 불리며 조상은 물론 지방과 국가의 영웅도 숭배한다. 교리의 단순함과 토착신앙의 수용으로 많은 민중을 끌어들인 화 하오 교는 사원 없이 각 가정에서 종교의식을 치른다.

Phần giá (단원평가)

1 다음 문장들 중 'đầu'가 다른 의미로 사용된 것을 고르시오.

① Đầu của anh rất nhỏ.

② Hôm nay em bị đau đầu.

③ Tôi đang gội đầu.

④ Từ đầu đến cuối.

⑤ Đánh vào đầu em.

2 아래 회화 중 ( ) 안에 들어갈 말로 알맞은 것을 고르시오.

> A: Bạn đã đi đâu về?
>
> B: Tôi vừa ______________________.

① không đi ngủ

② ở trường về

③ sẽ đi thư viện

④ đang ăn cơm

⑤ sắp đi nhà vệ sinh

3 다음 중 'cuối'의 쓰임으로 옳지 않은 것을 고르시오.

① Cuối năm anh sẽ lập gia đình.

② Em làm cuối thì mới được về nhà.

③ Cuối tuần chị sẽ làm gì?

④ Đến cuối tháng mẹ tôi sẽ đi về Hàn Quốc.

⑤ Em sống ở cuối đường này.

4 아래의 대화 내용을 알맞게 배열한 것을 고르시오.

(a) Thế thì em ăn bún bò Huế.

(b) Vậy anh cũng ăn bún bò Huế.

(c) Anh có biết nhà hàng này có món gì ngon không?

(d) Tất cả món ăn của nhà hàng này đều ngon. Đặc biệt là bún bò Huế.

① a-b-c-d

② a-b-d-c

③ c-b-d-a

④ c-d-a-b

⑤ c-d-b-a

5 아래 빈칸에 공통으로 들어갈 말로 알맞은 것을 고르시오.

(a) Dạo này quan hệ ______ 2 quốc gia rất là tốt!

(b) Đúng rồi, mình cũng thấy như vậy.

① cuối ② giữa ③ đầu ④ tất cả ⑤ những

6 다음의 문장을 베트남어로 옮기시오.

(a) 너 머리 아파 보여.

(b) 저 커피 맛있어 보인다.

7 다음 단어를 어법에 맞게 순서대로 배열하시오.

1) nghĩ/ như vậy/ tôi/ cũng

2) anh / cuối / chúc / tuần / vui vẻ

3) 5 dặm/ khoảng cách/ hai thành phố/ là/giữa

8 다음 중 틀린 문장을 고르시오.

① Chị ấy cũng cao bằng tôi.

② Cô ấy có vẻ mệt.

③ Ai cũng biết nó cả.

④ Lần này là lần cuối cùng.

⑤ Quyển sách đó có 2 túi sách giữa.

9 다음 보기에서 알맞은 단어를 찾아 괄호 안에 넣으시오.

(a) giữa (b) cũng (c) cuối (d) đầu

1) Ngày nào (   ) đi tập thể dục.

2) Thứ 7 là ngày (   ) tuần.

3) (   ) anh ấy to nên các bạn ghẹo anh ấy.

4) (   ) mùa đông, tuyết rơi nhiều.

10 다음 문장을 'cũng'을 이용하여 문장을 바꿔 보시오.

(a) Hôm nay em ăn món ăn Việt Nam.

(b) Hôm qua anh gọi điện cho bố mẹ.

Bài 15

Nhà này cho thuê bao nhiêu tiền một tháng vậy?

Hội thoại (회화)

A: Mi-na ơi, gia đình em có mấy người?
미나야, 너희 집 가족은 몇 명이니?

B: Gia đình em có 4 người: bố, mẹ, chị gái và em.
우리 집 가족은 아버지, 어머니, 누나/언니 그리고 나 4명이야.

A: Bây giờ bạn đang ở chỗ nào?
지금 너는 어디에 있니?

B: Mình đang ở khách sạn.
호텔에서 숙박하고 있어.

A: Bạn muốn tìm nhà để thuê phải không?
임차할 집을 찾고 있지, 그렇지?

B: Phải. Mình muốn thuê nhà khoảng sáu tháng.
맞아. 6달 정도 집을 빌리고 싶어.

A: Bạn cần thuê mấy phòng?
방은 몇 개가 필요하니?

B: Mình cần một phòng ngủ, một phòng tắm và một phòng ăn có cả bếp.
침실 1개, 욕실 1개와 부엌과 식사를 할 수 있는 공간이 있으면 돼.

A: Bạn muốn trả tiền thuê bao nhiều một tháng?
한 달에 얼마를 지불하면 되겠니?

B: Mình muốn trả khoảng 200 đô la.
200달러 정도면 좋을 것 같은데.

A: Tiện nghi thế nào?
편의 시설은?

B: Nên có máy điều hòa nhiệt độ và vòi nước nóng.
에어컨과 온수기가 있으면 좋을 것 같아.

A: Vậy thì tìm hơi khó đấy.
그러면 좀 어려울 것 같은데.

B: Vì sao vậy?
왜 그래?

A: Vì 200 đô la một tháng thì quá rẻ.
200달러면 너무 가격이 낮기 때문이야.

chú giải (해설)

1 'nào', 'gì'의 용법

'어떤'이라는 의미를 가진 의문사 'nào'의 앞에는 명사만 올 수 있는데 반해 비슷한 의미로 사용되는 'gì'의 앞에는 동사와 명사가 모두 사용될 수 있다. 일반적으로 의문사 'gì'는 확정할 수 없는 '무엇'에 대해 묻고자 할 때 사용하며, 'nào'는 확정할 수 있는 좀 더 구체적인 것들 중에서 선택을 해야 할 경우에 사용한다.

- Anh thích xem phim loại nào? 어떤 영화를 좋아하세요?
- Em muốn uống gì? 너 무엇을 마시고 싶니?

2 'để'의 다양한 쓰임

1) ~하기 위하여(목적)

- Nhà để ở. 거주하기 위한 집
- Mai tớ sẽ xuống Hà Nội để gặp thầy Hùng.
  내일 나는 하노이에 훙 선생님을 만나러 가.

2) 'để + 주어 + 동사'의 형태로 '주어로 하여금 ~하도록(요구)하다'는 의미로 문장 앞이나 중간에 사용된다.

- Để anh ấy phát biểu. 그 사람이 발표하도록 하세요.
- Để tôi xem. 내가 볼게.

3) ~에 두다

- Để cái bút trên bàn. 펜을 책상 위에 두다.
- Mình để quên cái ví ở nhà. 나는 지갑을 집에 두고 왔어.

3 'cần', 'nên'의 용법

'cần'은 '~이 필요하다'라는 의미로 'cần + 동사'의 형태로 사용된다. 이와 유사한 의미로 'nên / phải + 동사'의 형태가 있다. 이들 단어들 중, 'nên' 보다는 'cần'이, 'cần' 보다는 'phải'가 보다 더 강한 의미를 가진다.

- Em nên uống thuốc. 너는 약을 먹는 것이 좋을 것 같아.
- Chị ấy không cần đến thư viện để mượn sách.
  그녀는 책을 빌리러 도서관에 갈 필요가 없었다.
- Anh phải gặp chị ấy lúc 3 giờ chiều nay.
  나는 오늘 오후 3시에 그녀를 만나야 한다.

4 '주어 + muốn + 동사'의 형태로 '주어가 동사 하길 원한다, 하고 싶어한다'라는 의미를 표현한다.

- Tôi muốn đi Huế vào tháng sau. 나는 다음 달에 후에에 가고 싶어.
- Em ấy muốn mua một cuốn từ điển Việt-Hàn. 걔는 월한 사전을 사고 싶어해.

5 'thì'의 의미와 쓰임

'thì'는 '~은/는, ~면' 등의 의미로 주어와 술어 사이에 말의 간격을 유지할 때, 서로 대립되는 내용을 강조할 때, 가정문에서 조건문과 결과문을 연결하는 역할을 하는 등 문장 속에서 다양하게 사용된다.

- Em thì không biết gì về Việt Nam. 저는 베트남에 대해서 전혀 알지 못해요.
- Học thì học chăm chỉ nhé. 공부를 하려면 열심히 하도록 해.

Văn hóa (문화)

Nhà ở truyền thống của người Việt Nam - 베트남인의 가옥

Nhà ở truyền thống ở Việt Nam khá đa dạng, vì có sự khác biệt giữa các vùng miền do sự ảnh hưởng của môi trường, địa hình, khí hậu. Nhưng Việt Nam là đất nước nhiệt đới, có nhiều rừng, nên từ xưa, người Việt thường dùng các loại cây để làm nhà. Nhà ở của tầng lớp bình dân ngày xưa chủ yếu làm bằng tre, còn nhà ở của tầng lớp giàu có thì thường làm bằng các loại gỗ quý.

환경, 지형, 기후 등이 지역별로 서로 다르기 때문에, 베트남의 전통 가옥은 지역마다 매우 다양한 편이다. 하지만 베트남은 열대 국가로 숲이 많아서 옛날부터 보통 각종 나무로 집을 지었다. 서민층은 주로 대나무로 집을 지었고, 부유층은 귀한 목재로 집을 지었다.

Nhà ở Việt Nam ngày nay - 오늘날의 베트남 주택

Ngày xưa kiểu nhà ở Việt Nam phổ biến nhất là nhà riêng. Nhà riêng thường được xây ba đến bốn tầng. Tầng một thường có phòng khách, nhà bếp và nơi để xe máy. Các tầng khác thường có hai phòng ngủ và một nhà vệ sinh. Ngày nay, cùng với sự phát triển kinh tế, nhiều người Việt Nam thích ở chung cư hơn nhà riêng nên nhiều chung cư với đầy đủ tiện nghi đã và đang được xây nhiều nơi tại các thành phố lớn.

옛날 베트남의 가옥 형태에서 가장 보편적인 것은 주택이었다. 주택은 보통 3~4층으로 세워진다. 1층에는 보통 거실, 화장실, 주방이 있고 오토바이를 세울 수 있는 장소가 있다. 나머지 층들은 보통 두 개의 침실과 화장실 하나가 있다. 오늘날 경제가 발전하면서 많은 베트남 사람들은 주택에 거주하는 것보다 아파트에 거주하는 것을 선호하며, 그래서 충분한 편의시설을 갖춘 아파트들이 큰 도시들의 많은 장소에 건설되고 있다.

Phần giá (단원평가)

[1~3] 다음을 베트남어로 옮기시오.

1 나는 지금 호텔에서 숙박하고 있어.

2 너는 임차할 집을 찾고 있지, 그렇지?

3 침실 1개, 욕실 1개와 부엌과 식사를 할 수 있는 공간이 있으면 돼.

[4~5] 주어진 단어들을 올바른 문장이 되도록 배열하시오.

4 bạn/ ở /chỗ nào? /Bây giờ/ đang

5 Mình/ thuê nhà/ sáu tháng/ muốn /khoảng

❻ 빈칸에 들어갈 말을 <보기>에서 찾아 문맥에 맞게 배열하시오.

A : ______

B : Rồi. Tối hôm qua mới tìm một nhà bạn ạ.

A : Tốt quá, nhà đó tiền thuê một tháng bao nhiêu?

B : 4 triệu một tháng bao gồm cả tiền nước. ______

A : Không rẻ lắm nhưng cũng không đắt. ______

B : 2 phòng ngủ, 1 phòng khách và 1 nhà bếp.

<보기>

a. Có mấy phòng?

b. Bạn thấy thế nào?

c. Bạn đã tìm được nhà chưa?

① a - b -c

② b - c - a

③ c - a - b

④ c - b - a

7 광고의 내용에서 얻을 수 없는 정보를 고르시오.

> **CHO THUÊ NHÀ**
>
> Cầy Giấy, rộng 70㎡, 2 phòng ngủ, 1 phòng bếp, một nhà vệ sinh, gần chợ.
>
> Giá 4 triệu/tháng chưa kể tiền điện, tiền nước.
>
> Liên hệ : Chị Mai, 0912345678

① 침실이 2개이다.

② 시장과 먼 곳에 있다.

③ 한달 임차료는 4백만 동이다.

④ 임차와 관련하여 문의할 연락처가 있다.

⑤ 임차료에는 전기세와 물세가 미포함되어 있다.

[8~10] 빈칸에 들어갈 알맞은 말을 고르시오.

8 Anh đang nghĩ gì ______ ?

① nhé ② vậy ③ kia ④ nghe

9 Anh ấy bị tai nạn trong khi ______ làm việc.

① đang ② sắp ③ đã ④ sẽ

10 Ông ấy phải gặp chúng tôi ngay. Chúng tôi chờ ông ấy ______ hai tiếng đồng hồ rồi.

① bằng ② mới ③ đang ④ đã

Bản ghi nhớ

Bài 16

Cháu bị sao vậy?

Hội thoại (회화)

A: Chào bác sĩ!
안녕하세요, 선생님!

B: Chào cháu. Mời cháu ngồi đây. Sức khỏe của cháu bị làm sao?
안녕 얘야. 이리 와서 앉으렴. 건강에 문제가 있니?

A: Thưa bác sĩ, cháu bị nhức đầu, chóng mặt và ho.
의사 선생님, 머리가 아프고 어지럽고 기침이나요.

B: Có bị sốt không?
열이 나니?

A: Dạ, chỉ hơi sốt thôi ạ.
네, 열이 조금 있어요.

B: Để tôi khám cho cháu. Không có gì nghiêm trọng đâu. Cháu bị cảm cúm đấy. Đơn thuốc đây. Nhớ uống đủ liều nhé!
내가 한 번 진찰해 볼게. 심각한 것은 전혀 아니야. 너 감기 걸렸구나. 여기 처방전이 있어. 약 맞춰 먹는 것을 기억해라!

A: Mua thuốc ở đâu ạ?
약은 어디서 사면 되나요?

B: Phòng bán thuốc ở gần cổng bệnh viện.
약을 파는 곳이 병원 문 근처에 있단다.

A: Cám ơn bác sĩ!
고맙습니다, 의사 선생님!

chú giải (해설)

1 'mời'의 용법

'mời + (주어) + 동사'의 형태로 사용하여 권유 또는 요청의 의미를 표현한다.

- Xin mời vào. 들어오세요.
- Mời em ăn cơm. 밥 먹어라.

2 'chỉ'의 용법

'chỉ'는 서술어 앞에 사용하여 '단지 ~ 서술어할 뿐이다'라는 의미를 나타내며, 'thôi'와 결합하여 'chỉ + 서술어 + thôi'의 형태로 사용되거나 'chỉ' 없이 'thôi' 단독으로 사용하기도 한다.

- Em ấy chỉ mua được một quyển sách thôi. 걔는 책 한 권만을 살 수 있었다.
  = Em ấy chỉ mua được một quyển sách.
  = Em ấy mua được một quyển sách thôi.

3 'không ~ đâu' 강한 부정을 나타내는 표현

1) '부정어 + 동사 + đâu'의 형태

- Em ấy không đến đâu. 그 애는 오지 않을 거야.
- Em chẳng muốn đi đâu. 저는 어디도 가고 싶지 않아요.
- Tôi chưa gặp em ấy đâu. 나는 그 애를 아직도 만나지 못했어.

2) 'có + 동사 + đâu' 의 형태

이는 'đã + 동사 + đâu'형태와 의미가 같다.

- Tôi có biết đâu. = Tôi đã biết đâu. 나는 전혀 몰라.
- Tôi có nghe đâu! = Tôi đã nghe đâu. 저는 아무것도 못 들었어요.

4 'bị'의 쓰임

1) 주체에게 유리하거나 이롭지 않을 경우를 나타내는 동사 앞에 사용한다.

- Em bị ốm. 제가 아파요.

2) 'bị + 주어 + 동사'의 형태로 수동태를 만든다.

- Em bị thầy giáo mắng. 저는 선생님께 꾸지람을 들었어요.

= Thầy giáo mắng em. 선생님은 저를 꾸중하셨어요.

Văn hóa (문화)

베트남의 건국신화

Người Việt tin rằng mình là con cháu của một thần rồng tên là Lạc Long Quân và một vị tiên tên là Âu Cơ. Theo truyền thuyết, hai người này lấy nhau và đẻ ra một bọc 100 trứng và nở ra 100 người con. Những người con này sinh ra trong cùng một bọc, nên được gọi là "đồng bào" (nghĩa là "cùng một bào thai"). Người Việt dùng cách gọi này với ý rằng tất cả người Việt Nam đều cùng có chung một nguồn gốc. Vì thế, người Việt thường tự xưng là "con Rồng cháu Tiên".

전설에 따르면, 베트남 사람들은 락롱꿘이라는 용신과 어우 꺼라는 선신의 후손이라고 믿는다. 전설에 따르면, 이 두 사람은 서로 결혼하여 100개의 알을 낳았고 알에서 100명의 자손이 나왔다. 이 자손들은 같은 알 꾸러미에서 나왔기 때문에 동포(같은 태반)라고 부른다. 베트남 사람들은 모든 베트남 사람들이 하나의 같은 뿌리를 가지고 있다는 의미에서 이와 같은 호칭을 사용한다. 때문에 베트남 사람들은 스스로를 일컬어 '용과 신선의 자손'이라고 부른다.

수상인형극

하노이를 중심으로 하는 북부 베트남에서는 전통의 민간 예술인 수상인형극(múa rối nước)이 유명하다. 말 그대로 물 위를 무대로 하여, 화려한 색상으로 채색한 인형들을 무대 뒤편에서 사람들이 조종하면서 펼쳐는 공연을 말한다. 천 년에 가까운 역사를 자랑하는 수상인형극은 농경문화를 기반으로 항상 물과 밀접한 관계를 가지고 생활해온 농민들이 고단한 노동의 피로를 잊기 위해 시작한 놀이에서 출발하였다고 하며, 오늘날에도 베트남 전국의 여러 지역에서 공연이 이루어 지고 있다. 전통악기의 연주와 민요풍의 노래 등이 농민의 생활, 역사적 사건을 주제로 구성한 인형들의 공연이 함께 어우러지면서 국내외의 많은 사람들로부터 찬사를 받고 있는 북부 베트남을 대표하는 민간 예술이다.

Phần giá (단원평가)

[1~3] 다음을 베트남어로 옮기시오.

1. 이리 와서 앉으렴.

2. 머리가 아프고 어지럽고 기침이 나요.

3. 열이 나니?

[4~5] 주어진 단어들을 올바른 문장이 되도록 배열하시오.

4. cháu bị/ làm sao? / sức khoẻ /của

5. Dạ/ hơi / thôi/ sốt/ ạ /chỉ

6 빈칸에 들어갈 말을 <보기>에서 모두 찾으시오.

A: Em đi đâu đấy?

B: Chào chị. Em đang đến bệnh viện.

A: Em bị làm sao à?

B: Em ____________

B : Em bị từ bao giờ?

A : Từ sáng hôm nay chị ạ.

<보기>

a. bị sốt cao

b. thấy rất đau đầu

c. thấy không hay lắm

d. bị mất máy di động ở trường

e. muốn trả tiền cho chị bây giờ

① a, b ② b, c ③ c, d ④ d, e

7 빈칸에 들어갈 말을 <보기>에서 찾아 문맥에 맞게 배열하시오.

A: Cháu thấy trong người thế nào?

B: ____________

A: ____________

B: Có ạ, họng cháu đau lắm ạ.

A: Cháu bị cảm cúm và viêm họng rồi. Đây là đơn thuốc của cháu.

B: Cháu cảm ơn bác sĩ ạ.

A: ____________

Cháu chỉ cần uống thuốc và nghỉ ngơi là sẽ khỏi ngay thôi.

<보기>

a. Đừng lo lắng quá nhé!

b. Dạ. Cháu bị đau đầu và sốt cao nữa ạ.

c. Thế cháu có bị đau họng và ho không?

① a - b - c

② b - c - a

③ c - a - b

④ c - b - a

[8~10] 빈칸에 들어갈 알맞은 말을 고르시오.

8 Gương mặt của mẹ tôi ______ vẻ lo lắng.

① xem ② trông ③ đầy ④ rất

9 Đi ______ trời nắng thì rất dễ bị ốm.

① vào ② tại ③ ở ④ dưới

10 Hôm nay anh Tú nghỉ học, ______ bị bệnh.

① có thể ② chắc là ③ có lẽ ④ a, b, c đúng

Bài 17

Sở thích của em là gì?

Hội thoại (회화)

A: Cuối tuần em thường làm gì?
주말에 너는 보통 무얼 하니?

B: Cuối tuần em thường xem phim và chơi bóng rổ.
주말에 저는 보통 영화를 보고 농구를 합니다.

A: Em thích loại phim nào nhất?
너는 어떤 영화를 가장 좋아하지?

B: Em thích phim hành động nhất.
저는 액션 영화를 가장 좋아해요.

A: Sở thích của cậu là gì?
네 취미는 뭐니?

B: Tớ thích đi mua sắm và nói chuyện với bạn bè.
나는 쇼핑과 친구들과 얘기하는 것을 좋아해.

A: Cậu thường đi mua sắm ở đâu?
너는 주로 어디에서 쇼핑하니?

B: Tớ thường đi mua sắm ở chợ Dongdaemun.
Ở đó quần áo rất rẻ và đẹp.
나는 주로 동대문 시장에서 쇼핑해. 그곳의 옷은 아주 싸고 예뻐.

A: Tớ cũng thích đi mua sắm.
Cuối tuần này mình cùng đi chợ Dongdaemun nhé!
나도 쇼핑을 좋아해. 이번 주말에 함께 동대문 시장에 가자!

chú giải (해설)

1 'của'의 용법

소유를 나타나낸 말로 'A + của + B'는 'A는 B의 소유이다'라는 문형을 사용한다. 이 때 A와 B가 모두 사람을 지칭하면 'của'를 생략할 수 있다. 예컨대, '나의 아버지' 'bố của em'은 'bố em'으로, '나의 삼촌' 'cậu của em'은 'cậu em'으로 생략이 가능하다. 하지만 A가 사물이고 B가 소유자인 경우, 즉 '내 사전' 'từ điển của em'은 'từ điển em'으로 'của'를 생략하지 않는다. 또한 A, B가 모두 사람을 지칭하더라도 A를 수식하는 말이 붙을 때는 생략하지 않는 것이 좋다. '나의 베트남어 선생님'은 'cô giáo tiếng Việt của em'이라고 써야 한다. 따라서 'cô giáo tiếng Việt em'이라고 쓰면 의미를 다르게 해석할 수 있기 때문이다. '내 선생님' 'cô giáo em'은 가능하지만 '베트남어'라는 수식어가 붙어 있어서 'của'를 생략하지 않는다. 이는 의미의 혼동을 피하기 위한 것이다. 또한, 명사로 '재물'이라는 뜻도 있다. 'Của ít lòng nhiều. 물건/재물은 적으나 마음은 크다.'는 베트남 속담이다. 보통 선물을 주면서 많이 사용하는 말이다. 우리 식으로 '약소하지만 정성으로 받아주세요.' 정도에 해당될 수 있는 말이다.

2 최상급 표현 'nhất(hơn cả)'

일반적으로 베트남어에서 최상급 표현으로는 'nhất'과 'hơn cả'라는 단어를 사용한다. 최상급을 표현하는 몇 가지 형식은 다음과 같다. '가상 ~하나'라는 최상급 표현은 일정한 범위, 즉 예를 들어 '학교에서 가장 키가 크다' 또는 '학급에서 가장 공부를 잘 한다'와 같은 일정한 범위라는 것이 있어야 한다. 나난, 회화 중에서는 그러한 범위를 생략할 수 있다.

1) '주어 + 형용사 + nhất(hơn cả)'의 문형

- Min-ho cao nhất. Min-ho cao hơn cả. 민호가 가장 크다.

2) '주어 + 동사 + 목적어 + nhất(hơn cả)'의 문형

- Min-ho thích món Kimchi nhất. 민호는 김치를 가장 좋아한다.
- Cô Hoa yêu con út hơn cả. 화 선생님은 막내를 가장 사랑한다.

3) '주어 + (동사) + 부사 + nhất(hơn cả)'

민호가 가장 빠르다. Min-ho (chạy) nhanh nhất.

민호가 가장 늦게 왔다. Min-ho (đến) chậm hơn cả.

* 또한 'hơn hết'을 사용하여 최상급을 표현한다.

여학생 중에 그녀는 공부를 가장 잘한다.
Trong số các học sinh nữ, em ấy là người học giỏi hơn hết.

các biểu hiện chính (주요 표현)

취미활동

xem tivi 티비 보기	xem phim 영화보기
bơi 수영하기	mua sắm 쇼핑
nghe nhạc 음악감상	đọc sách 독서
chơi thể thao 운동하기	đi du lịch 여행

Văn hóa (문화)

베트남 장례식 중 특별한 경우(Tang lễ trong một số trường hợp đặc biệt)

자녀가 부모보다 먼저 죽는 경우는 "phụ bất bái tử(父不拜子)"라고 해서 부모가 절하지 않는다. 자식이 부모보다 먼저 사망하는 것은 불효에 해당된다. 그래서 입관할 때 망자의 머리에 하얀 천을 미리 두른다. 그리고 관이 집을 나갈 때 아버지가 관을 세 차례 회초리로 친다. 이는 불효자를 혼낸다는 의미이다.

명절에 사망하는 경우에는 장례식을 치르지 않는 풍습이 있다. 섣달 그믐날 사망하는 경우는 즉시 장례를 치르고 그믐날 매장을 한다. 정월 초하루에 사망하면 부고를 하지 않고 2-3일 기다렸다가 3일간의 명절이 지나고 나서 부고를 한다.

베트남에는 상중일 경우 옛날에는 3년 동안, 현재는 1년 동안 결혼식을 치르지 않는 풍습이 있다. 그래서 자녀가 결혼을 준비 중일 때 집안이 상을 당하면 결혼이 늦어지는 것을 피하기 위해 장례식을 미루고 결혼식을 먼저하는 경우가 있었다. 그것을 "급속 결혼(*đám cưới chạy tang*)" 이라고 불렀다. 이 때 망자는 입관을 하지 않은 상태로 결혼식을 치르고 나서 장례식을 거행한다.

Con người sinh ra, lớn lên, trưởng thành, già rồi chết, đó là một quy luật, một điều không thể tránh khỏi. Trừ những cái chết bất đắc kì tử ra thì phần lớn mỗi người đều có thể nhận biết khi cái chết sắp đến với mình.

인간은 태어나서 성장하고 늙고 죽으며, 그것은 규칙이며, 피할 수 없는 일이다. 돌연사하는 경우를 제외하고, 대부분 사람들은 모두 죽음이 자신에게 다칠 때를 인지할 수 있다.

Phần giá (단원평가)

[1~3] 주어진 낱말을 사용하여 질문에 대한 답을 작성하시오.

1. Sở thích của cậu là gì? (đi bơi)

2. Sở thích của bố là gì? (chơi thể thao)

3. Chị thích loại phim nào? (phim tình cảm)

[4~5] 아래 문장을 우리말로 옮기시오.

4. Cuối tuần em thường xem phim và chơi bóng rổ.

5. Em thích loại phim hành động nhất.

[6~10] 빈칸에 들어갈 알맞은 단어를 고르시오.

6. Bà Tám là nhân viên ______ khách sạn Viễn Đông.

① từ ② của ③ với ④ đến

7. Theo tôi, bạn ấy là người thông minh ______ lớp này.

① hơn ② nhất ③ bằng ④ kém

8. Em còn đẹp ______ ngày xưa.

① lắm ② rất ③ hơn ④ nhất

9. Tôi ______ đi học bằng xe đạp.

① thường ② sau khi ③ khi nào ④ trước khi

10. Chiều thứ bảy ______ tôi cũng đi mua sắm.

① gì ② nào ③ sao ④ đâu

Bản ghi nhớ

Bài 18

Các bạn có hỏi gì không?

Hội thoại (회화)

A: Các bạn đã làm bài tập về nhà chưa?
여러분, 숙제 했습니까?

B: Dạ, rồi ạ!
예, 했습니다!

A: Các bạn có hỏi gì không? Mời Tuấn.
여러분 질문 있어요? 뚜언이 말해봐요.

B: Câu này em không hiểu. Cô giải thích cho em với ạ.
이 문장을 이해할 수 없어요. 선생님, 설명해주세요.

A: Thưa thầy, cho em hỏi một chút.
선생님, 질문 있어요.

B: Ừ. Em hỏi đi.
응. 물어 봐.

A: Từ này phát âm thế nào ạ?
이 단어의 발음을 어떻게 해요?

B: Nghe và phát âm theo thầy. 'ăn cơm'.
선생님 말을 듣고 따라 해봐. '안껌'.

A: 'ăn cơm'.
'안껌'

B: Đúng rồi! Em muốn hỏi gì nữa không?
맞아! 더 물어볼 것이 있니?

A: Dạ, không ạ. Em cảm ơn thầy.
아니요. 선생님 고맙습니다.

chú giải (해설)

1 의문문 내에서의 의문사 사용

의문문 내에서 의문사를 사용하는 문형을 베트남어로 'câu hỏi kép'이라고 한다. 이 문형은 질문자가 자신이 알고자 하는 것이 일어났는지의 여부를 알고자 할 때 사용되며, 보통은 'có ... không?' 문형을 사용한다. 알고 싶은 내용이 '어떤 점수를 받았니? Được điểm gì?' 그런데 그 점수를 받은 일이 일어났는지를 모를 때는 '어떤 점수라도 받았니? Có được điểm gì không?'라고 물을 수 있다. 이 두 내용을 합하여 '오늘 너 어떤 점수라도 받았니? Hôm nay cháu có được điểm gì không?'라고 묻는 것이다.

- Anh có muốn ăn gì không? 뭐라도 드시고 싶습니까?
- Anh có biết bao giờ anh ấy về không? 그가 언제 돌아올지 압니까?
- Các anh có định đi tham quan ở đâu không? 여러분 어디를 관광할 예정입니까?

2 'thưa'의 용법

'thưa'는 예의 바른 태도로 '윗사람에게 말하다, 진술하다'라는 의미 외에 '아뢰다'라는 의미도 있다. 이는 호칭 단어 앞에 사용하여 정중함을 나타낸다. 예를 들어, 우리가 선생님에게 말을 걸고 싶을 때 '선생님!'하고 부르는 표현을 베트남어에서는 'thưa thầy'라고 한다. 'thưa'보다 더 존경을 표현하는 단어는 'kính thưa + 호칭'으로, 주로 대중 앞에서 연설할 때 서두에 사용한다. 형용사로 '드문, 듬성듬성한'이라는 의미도 있다.

- Nếu anh cho nói thật thì em xin thưa thế này.
  솔직하게 말하라고 한다면 저는 이렇게 말씀드릴 수 있습니다.
- Thưa bác, cháu sợ yêu cầu của bác khó thực hiện.
  아저씨, 아저씨의 요구는 실행하기 어렵습니다.

- Kính thưa quý vị, đây là đề thi thứ nhất, rất đơn giản.

귀빈 여러분! 이것은 아주 간단한 첫번째 시험문제입니다.

- Thưa chú, con phải làm gì để vừa lòng chú?

삼촌, 제가 어떻게 해야 삼촌 마음에 들겠습니까?

이외에도 단순히 '예'라는 의미로도 사용된다.

- Cháu, có mẹ ở nhà không? 얘야, 엄마 집에 있니?
- Dạ thưa, có ạ. 예.

Văn hóa (문화)

Chữ Nôm(쯔놈)

쯔놈이란 '한자를 이용해서 만든 베트남 문자'를 말한다. 쯔놈 이전에 베트남에서는 한자를 사용했고, 타국 문자인 한자로는 베트남 사람들의 생각과 감정을 모두 표현하는 데는 한계가 있었다. 그래서 자신들만의 고유한 문자의 필요성을 인식하면서 베트남 민족의 문자인 '쯔놈'을 만들어냈다. 쯔놈은 '宁字 喃'이라고 쓰며 현재의 베트남어로는 'chữ Nôm'으로 적는다.

쯔놈은 어떤 특정인 또는 특정 그룹이 동시에 창제한 것이 아니고 당시의 식자들이 글을 쓰면서 몇 자씩 쯔놈을 사용한 것을 후대의 사람들이 계속 보충하는 식으로 전해졌으며, 12세기에 들어서야 비로소 당시까지 전해진 쯔놈을 가지고 창작활동을 할 수 있을 정도로 쯔놈의 어휘가 풍부해졌다. 이는 쯔놈을 읽을 수 있는 식자층도 두터워졌기 때문으로 추정된다.

현재 전해지는 쯔놈의 기록은 비문(碑文), 시(詩), 부(賦), 쯔놈 소설 등 많은 작품에 남아 있다. 그 중에서도 끼에우 전(Truyện Kiều)은 베트남 문학의 최고봉으로 인정받고 있다. 쯔놈의 출현은 비록 한자를 차용한 것이었지만, 베트남인들이 그들 고유의 민족 문자를 만들어서 민족문화 창달에 기여했다는 데 큰 의의가 있다고 하겠다.

도이 머이 정책

Trong những thập niên vừa qua, những chính sách kinh tế, xã hội của Việt Nam thường được biết đến dưới cái tên "đổi mới". Khi bàn về vấn đề này, báo chí nước ngoài đã không dịch từ này, mà để nguyên từ "doi moi". "Đổi mới" trở thành hình ảnh của xã hội Việt Nam hiện nay, được phản ánh một cách sinh động qua những thành tựu kinh tế và xã hội đáng chú ý và được cộng đồng thế giới ghi nhận.

지난 수십 년 동안 베트남의 경제, 사회정책은 보통 '도이 머이'라는 명칭으로 알려졌다. 이 문제에 대해 언급할 때, 외국 신문과 잡지는 이 단어를 번역하지 않고 그대로 '도이 머이'라고 썼다. '도이 머이'는 현재 베트남 사회의 모습이 되었고, 주목할 만한 경제, 사회적 성취들을 통해서 생동감 있게 반영되었으며, 세계로부터 인정받고 있다.

Phần giá (단원평가)

[1~3] 주어진 낱말을 사용하여 질문에 대한 답을 작성하시오.

1 Các bạn đã làm bài tập về nhà chưa? (rồi)

2 Các bạn có hỏi gì không? (không)

3 Ở nhà có chuyện gì không em? (không)

[4~5] 아래 문장을 우리말로 옮기시오.

4 Thưa thầy(cô), cho em hỏi một chút.

5 Câu này em không hiểu.

[6~10] 빈칸에 들어갈 알맞은 단어를 고르시오.

6. Anh ấy tặng tôi một bó hoa hồng. Không biết anh ấy có ______ gì không?

① ý ② ý nghĩa ③ ý chí ④ ý kiến

7. Trong thời gian làm việc, chị có gặp trở ngại ______ không?

① à ② dạ ③ gì ④ được

8. Anh có biết em ấy ở ______ không?

① à ② nơi ③ đâu ④ nào

9. Vấn đề này, ______ ông, không phải là trách nghiệm của tôi.

① thưa ② thưa gửi ③ dạ ④ xin

10. Thưa ______, tôi xin thay mặt Khoa tiếng Việt phổ biến một vài tin quan trọng.

① các công nhân
② bao nhiêu nhân viên
③ các bạn
④ những người mẹ

Bản ghi nhớ

Bài 19

Hôm nay trời đẹp quá!

Hội thoại (회화)

A: Cậu đã xem dự báo thời tiết chưa? Hôm nay trời sẽ mưa đấy. 너 일기예보 봤니? 오늘 비가 온대.

B: Ôi! Thế à, tớ không mang theo ô rồi.
아! 그래! 나 우산을 안 가져왔는데.

A: Thế thì cậu có thể đi cùng với tớ.
그러면 나와 함께 가자.

A: Chiều nay chúng ta đi tắm biển đi!
오늘 오후에 우리 해수욕 가자!

B: Tớ đã xem dự báo thời tiết. Chiều nay trời sẽ mưa đấy.
내가 일기예보를 봤어. 오늘 오후에 비가 온대.

A: Tiếc quá nhỉ! Thế chiều mai thời tiết thế nào?
너무 아쉽다! 그러면 내일 오후 날씨는 어때?

B: Chiều mai trời nắng đẹp.
내일 오후는 맑대.

A: Thế chiều mai chúng ta cùng đi tắm biển nhé!
그러면 내일 오후에 우리 해수욕 가자!

B: Ừ, được thôi.
그래, 좋아.

chú giải (해설)

1 'thế'의 용법

방금 언급한 것을 가리키는 대명사이다. 예를 들어, 남편이 밥을 지으면서 솥에 물을 너무 많이 붓는 것을 보고 아내가 '그렇게 하면 안돼요. Anh làm thế không được đâu.'라고 말한다면, 이 문장 속의 'thế'는 '솥에 물을 너무 많이 붓는 행동'을 의미한다. 'thế'는 대부분의 경우에서 'vậy'로 대체하여 사용할 수 있다. 'thế'는 북부지역에서, 그리고 문어체에서 많이 사용된다. 또한 의문문의 문장 앞에 사용되기도 한다.

A: Anh Nam có di không? 님씨 가니?

B: Anh ấy không đi. Thế còn anh? 그는 가지 않아. 그러면 너는?

A: Tôi đã gặp ông ấy rồi. 내가 그를 만났어.

B: Thế ông ấy có nói gì không? 그래서 그가 뭐라고 했어?

2 날씨 묻는 표현

'thời tiết'은 날씨라는 의미이며, 'thế nào'는 '어때?' 라는 의미로 사물이나 동물의 성질, 상태를 물을 때 사용한다. 대답 할 때는 'thời tiết + 날씨 표현'을 해도 되지만, 베트남에서는 '하늘'의 의미를 갖는 'trời'를 사용한다.

- Thời tiết hôm nay thế nào? 오늘 날씨가 어때?
- Hôm nay trời lạnh. 오늘은 날씨가 추워.

3 계절 표현

'mùa'는 계절을 나타내는 종별사이며, 봄, 여름, 가을, 겨울은 mùa xuân, mùa hè, mùa thu, mùa đông이다. 춘하추동은 xuân hạ thu đông으로 표현한다.

- Mùa xuân Hàn Quốc thời tiết thế nào? 한국의 봄 날씨는 어때?
- Mùa xuân Hàn Quốc (thời tiết) ấm áp. 한국의 봄 날씨는 따뜻하다.

các biểu hiện chính (주요 표현)

날씨를 표현하는 단어

좋다 đẹp	따뜻하다 ấm	덥다 nóng
춥다 lạnh	햇빛이 쨍쨍한 nắng	비 mưa
눈 tuyết	바람 gió	소나기 mưa rào
이슬비 mưa phùn	안개 sương mù.	

Văn hóa (문화)

꽌호 민요(Dân ca quan họ)

베트남 북부 평야지역, 즉 박닝(Bắc Ninh)성과 박장(Bắc Giang)성 지역의 민요를 말한다. 이 민요는 2009년 유네스코로부터 무형문화유산으로 지정되었다. 이 민요의 시작이 언제부터인지는 정확히 알려지지 않고 있다. 남녀가 그룹을 이루어 노래를 주고 받으며 정감을 나누는 것인데, 미리 준비된 노래를 주고 받기도 하고, 현장에서 임기응변으로 대응하기도 한다. 전통적인 꽌호는 반주나 관객 없이 남녀 그룹이 노래를 주고 받는 것이며, 엄격한 규칙이 있었다. 요즘은 현대적으로 변용되어 극장, 페스티벌, 식당 등에서도 공연하고, 악단도 수행하며, 'Hát quan họ'라고 부르기도 한다. 공연자의 복장은 남자는 아오자이에 전통 모지를 쓰고, 여자는 사신복에 까마귀 부리 모양의 스커프를 두르고, 둥근 논(nón ba tầm)을 든다.

전통극(Kịch truyền thống)

수상 인형극 외에도 베트남 전통극에는 쨰오(chèo), 뚜옹(tuồng), 까이 르엉(cải lương)이 있는데, 쨰오는 논농사 문화와 관련이 깊으며, 11세기경 베트남 북부 평야지역에서 출현했다. 쨰오는 마당에 깐 돗자리라는 의미이다. 이 극은 서민적인 가극이라고 할 수 있는데, 노래와 춤, 대사가 어우러진 마치 우리의 마당놀이와 유사하다. 원래는 마을회관(đình)의 마당에서 공연했던 것이 지금은 극장에서 공연된다.

뚜옹은 13세기 원나라 포로들이 공연한 것에서 발원했는데, 17-19세기에 발전했다. 뚜옹은 쩨오에 비해서 무대와 의상이 화려하다. 중국의 경극과 유사한 면도 있지만 노래, 대사, 춤동작 등에 관한 엄격한 규정을 지킨다. 예전에는 주로 궁전에서 공연되었고, 귀족예술로 알려졌다. 까이 르엉은 20세기 초에 베트남 남부 평야지역에서 출현한 가극이다. 까이 르엉이란 개량(改良)이라는 한자의 베트남어 음인데, 이는 기존의 전통극에 서양음악 혼합되어 만들어진 것을 의미하고 있다. 까이 르엉은 남부에서 시작되어 전국에 퍼졌으며, 현재도 자주 공연되고 있다.

Phần giá (단원평가)

[1~3] 주어진 낱말을 사용하여 질문에 대한 답을 작성하시오.

1. Hôm nay thời tiết thế nào? (đẹp)

2. Chiều nay thời tiết thế nào? (mưa)

3. Chiều mai thời tiết thế nào? (nắng đẹp)

[4~5] 아래 문장을 우리말로 옮기시오.

4. Cậu đã xem dự báo thời tiết chưa?

5. Hôm nay trời sẽ mưa đấy.

[6~10] 빈칸에 들어갈 알맞은 단어를 고르시오.

6 Anh ________ nộp đơn xin việc chưa?

① đã ② đang ③ sẽ ④ có

7 Chúng tôi không đi được vì thời tiết ________.

① đẹp ② tốt ③ xấu ④ không giỏi

8 Trời ________! Cất quần áo vào nhà đi!

① nắng ② lạnh ③ mưa ④ ấm áp

9 Dạo này trời nóng quá! Chắc tuần sau tôi sẽ đi Vũng Tàu ________ biển vài ngày.

① bơi ② tắm ③ lội ④ rửa

10 Trời nắng ________ nhưng mát vì có gió.

① to ② bé ③ lớn ④ cao

Bản ghi nhớ

Bài 20

Chúc mừng sinh nhật em!

Hội thoại (회화)

A: Thứ bảy tuần sau cậu có rỗi rảnh không?
다음 주 토요일에 너 시간 있니?

B: Để xem nào. Có, thứ bảy tuần sau tớ rỗi rảnh. Có việc gì vậy?
잠깐만. 그래, 다음 주 토요일 한가해. 무슨 일이지?

A: Thứ bảy tuần sau, gia đình tớ tổ chức mừng thọ cho ông nội. Tớ muốn mời cậu đến dự.
다음 주 토요일에 우리 집에서 친할아버지 장수잔치가 있어.
너를 초대하고 싶어.

B: Thế à! Tớ sẽ đến dự. Cảm ơn cậu.
그래! 갈게. 고마워.

A: Chủ nhật tuần này là sinh nhật tớ đấy.
이번 주 일요일이 내 생일이야.

B: Thế à, chúc mừng sinh nhật cậu.
그래! 생일 축하한다.

A: Tớ sẽ tổ chức tiệc sinh nhật ở nhà, cậu sẽ đến chứ?
집에서 생일파티를 하려고 해. 너 올거지?

B: Tất nhiên rồi. Cậu có mời nhiều bạn không?
당연하지. 친구들 많이 초대했니?

A: Không, tớ chỉ mời vài người thôi.
아니, 몇 명만 초대했어.

chú giải (해설)

1 'chứ'의 용법

문장 끝에 사용하여, 화자가 바라거나 생각하는 것을 확정하기 위하여 사용한다. 앞 13과의 용법는 다르다.

- Anh vẫn khỏe chứ? 여전히 건강하지?
- Công việc vẫn tốt chứ? 일은 잘 되고 있지?
- Gia đình cậu vẫn ở đó chứ? 가족은 여전히 그곳에 살지?

위 경우에 화자는 상대방이 여전히 건강하고, 일은 잘 되고 있으며 가족도 옛날 그대로 살고 있다는 생각을 하면서 그 내용을 확인하려고 한다. 어느날 사무실에 출근했는데 먼저 와 있던 직원이 피곤해 보일 때 걱정스럽게 묻는다.

- Em khỏe chứ? 건강하지?
- Em không bị bệnh chứ? 병 걸린 것 아니지?

이 문장에서 화자는 상대방으로부터 여전히 건강하고 병에 걸리지 않았다는 대답으로 듣고 싶은 것을 표현한다.

※ 'chứ'를 사용하는 질문은 동료나 아랫사람에게 사용한다. 윗사람에게는 '~ chứ ạ?'를 사용해야 한다. Ông khỏe chứ ạ? 건강하시지요?

책을 빌려간 사람이 돌려주지 않을 때 이렇게 묻는다. '내 책 한 권 빌려간 것 기억하지? (Anh có nhớ anh còn mượn tôi một cuốn sách không?)'. 그러면 '기억하고 말고! 다 읽으면 돌려줄게. 걱정마! (Nhớ chứ! Tôi sẽ trả khi nào tôi đọc xong. Đừng lo!)'라고 대답한다. 이 때는 '기억하지?'라는 앞의 말을 강조하기 위하여 쓴다. 또 어떤 두 사람이 다른 사람은 험뜯고 있을 때, 그 사람이 가까이 다가오면 상대방에게 '조용히 말해! (Nói khẽ chứ!)'라고 쓸 수도 있다. 이 때는 상대방에게 상기시키거나 요구하는 것이다.

2 'chúc/chúc mừng'의 용법

'chúc'은 '기원하다'로 '장도에 행운을 기원하다(Chúc lên đường may mắn.)', '빠른 회복을 기원하다(Chúc sớm bình phục.)' 등으로 사용하고, 'chúc mừng'은 '축하하다'로 '신년을 축하하다(Chúc mừng năm mới.)', '베트남 스승의 날을 축하하다(Chúc mừng ngày nhà giáo Việt Nam.)' 등으로 사용한다.

3 'Tất nhiên'의 용법

'당연히'라는 의미이다. 동의어로는 dĩ nhiên, cố nhiên, đương nhiên, hẳn nhiên 등이 있다.

Văn hóa (문화)

육례(Sáu lễ)

베트남의 결혼 풍속은 중국의 영향을 많이 받았으며, 육례란 결혼절차를 말하는 여섯 단계의 의례를 말한다. ① 납채(nạp thái)는 혼처를 정하는 예라고 할 수 있는데, 신랑집에서 처녀 집으로 거위 한 마리를 보낸다. ② 문명(vấn danh)은 처녀의 이름과 사주를 묻는 절차이다. ③ 납길(nạp cát)은 사주와 궁합을 보고 결혼을 승낙하는 절차이다. ④ 납폐(nạp tệ)는 신랑 측에서 신부 집에 비단을 보내서 이 혼인이 틀림없이 진행될 것임을 알리는 절차이다. ⑤ 청기(thỉnh kỳ)는 결혼식 날짜를 정하는 절차이다. ⑥ 친영(thân nghinh)은 결혼식을 거행하는 것으로 신랑이 신부를 집으로 데려온다. 요즘은 이러한 육례가 세 가지 절차로 간소화되었다. 약혼식에는 신랑집에서 신부집으로 예물을 가져가는데, 빈랑, 연꽃씨 절임, 술, 차, 담배, 떡, 돈 등을 둥근 상자에 가지런히 담고, 빨간색 보자기로 덮는다. 신부집에서는 나중에 신랑집 일행이 돌아올 때 그 예물의 일부를 다시 돌려보낸다. 이것을 '라이 꽈(lại quà)'라고 부른다.

사신복(áo tứ thân)

베트남 북부 지역 여성들의 전통 복장으로, 20세기 초까지는 일상 생활 속에서 입던 옷이었지만 지금은 전통 페스티벌 때만 입는다. 길고 헐렁한 긴 치마에, 위에는 앞과 뒤가 갈려서 넉 장의 천으로 된 긴 상의를 입고 윗도리에 허리끈을 매는 형태이다. 보통 머리에 까마귀 모양의 스카프(khăn mỏ quạ)를 두른다.

바바옷(áo bà ba)

남부 베트남 농촌지역의 전통 복장으로, 보통 짙은 색으로 갈색이나 검정색의 헐렁한 바지에 짧은 소매의 블라우스 형태이다. 단순하여 농사 일을 하는데 편리하다. 잔치나 행사용으로는 고급 천에 수를 놓은 것도 있다.

Phần giá (단원평가)

[1~3] 주어진 낱말을 사용하여 질문에 대한 답을 작성하시오.

1. Cậu biết thứ bảy tuần sau là ngày gì không? (sinh nhật của bạn)

2. Có hôm nào bạn rỗi không? (không bao giờ)

3. Mẹ vẫn khỏe chứ ạ? (khỏe)

[4~5] 아래 문장을 우리말로 옮기시오.

4. Thứ bảy tuần sau cậu có rảnh rỗi không?

5. Để xem nào.

[6~10] 빈칸에 들어갈 알맞은 단어를 고르시오.

6 Ngày 10 tháng 10 là sinh nhật chị à? Vậy là chúng ta sinh ________ ngày.

① cùng ② chung ③ riêng ④ giống

6 ________ em đã thi đỗ đại học.

① Cầu chúc ② Chúc mừng ③ Ước mong ④ Hy vọng

7 Bữa tiệc sinh nhật tối hôm qua rất ________.

① vui chơi ② vui ③ vui đùa ④ vui mừng

8 Chúc anh ________ khỏi bệnh.

① ngay ② liền ③ sớm ④ mới

10 Tôi xin ________ hai bạn mãi mãi hạnh phúc!

① chúc mừng ② hy vọng ③ mong ④ chúc

Bản ghi nhớ

단원평가

정답 및 해설

VIETNAMESE CSAT
(College Scholastic Ability Test)

베트남어
고득점 전략

제1과 단원평가 정답 및 해설

정답

1. ③	2. ①
3. ④	4. ④
5. ②	6. ⑤
7. ②	8. ③
9. a. Cảm ơn.	b. Xin lỗi.
10. a. Anh (có) khỏe không?	b. Anh (có) vui không?

해설

1 빈칸에 공통으로 들어갈 말로 알맞은 것은?

A : 안녕하세요.
B : 안녕하세요.

'chào'는 만날 때와 헤어질 때, 아침, 점심, 저녁의 구분 없이 사용하는 인사말이다. 'chào' 앞에 'xin'을 사용하면 공손함과 높임을 나타내는 표현이 된다. 의미상 빈칸에 들어갈 말로 알맞은 것은 'xin'이다.

2 빈칸에 들어갈 말로 알맞은 것은?

A : 선생님, 안녕하세요.
B : 안녕.

인사말에서 문장 첫머리와 문장 끝에 각각 'xin'과 'ạ'를 사용하여 존경을 표현한다. 빈칸이 문장의 끝이고 선생님에 대한 인사말이므로 정답은 'ạ'가 된다.

❸ 빈칸에 공통으로 들어갈 말로 알맞은 것은?

A : 안녕.

B : 안녕 ______. ______ 건강하니?

A : 고마워. 나는 건강해.

마지막 문장의 의미를 파악해 보면, 친구 사이에 안부를 묻는 인사말임을 알 수 있다. 친구를 가리키는 'bạn'에 상응하여 사용할 수 있는 말은 'mình'이다.

❹ 빈칸에 들어갈 말로 알맞은 것은?

A : 건강하세요 형/오빠?

B : 고마워, 형은 건강해, 너는 어떠니?

A : 고마워요. 저는 ______.

'thế nào'는 보통 문장 끝에 와서 '~는 어때요?' 라는 의미의 의문문을 만든다. 본 대화문은 안부를 묻는 내용이므로, 이에 대한 답은 'bình thường' 이 정답이 된다.

❺ 빈칸에 들어갈 말로 알맞은 것은?

A : 형/오빠는 너를 만나서 ______ 즐겁다.

B : 저도 즐거워요.

문맥의 흐름상 '매우' 라는 부사가 들어가야 자연스럽다. 베트남어에서 '매우' 라는 의미의 부사로는 'rất', 'lắm', 'quá' 등이 있다. 이 중 형용사 앞에서 형용사를 수식하며 자연스러운 의미를 갖는 부사는 'rất'이다. 'quá'도 어법상 형용사 앞에 사용할 수 있으나 상기와 같은 표현에서는 관용적으로 'rất'이 사용된다.

6 빈칸에 들어갈 말로 알맞은 것을 <보기>에서 고른 것은?

A : 고마워.

B : ______________.

<보기>

a. 안녕.　　　　b. 괜찮아.(아무렇지 않아 - 사과에 대한 답)

c. 천만에요.　　d. 뭘요.

7 빈칸에 들어갈 말로 알맞은 것은?

A : ______________.

B : 괜찮아요.(사과에 대한 답)

① 고마워요.

② 미안해요 형/오빠.

③ 천만에요.(감사에 대한 답)

④ 너는 정말 건강하구나.

⑤ 선생님은 보통이야.

8 빈칸에 들어갈 말로 알맞은 것은?

A : 안녕!

B : 안녕! 잘 가!

A : ______________.

① 선생님은 매우 건강해!

② 나는 정말 기뻐!

③ 다시 만나요 형/오빠!

④ 선생님도 건강해.

⑤ 저도 매우 기뻐요.

9 다음의 문장을 베트남어로 옮기시오.

a. 고맙습니다. Cảm ơn.

b. 미안합니다. Xin lỗi.

10 다음의 문장을 의문문으로 만드시오.

a. Anh khỏe. Anh có khỏe không?

b. Anh vui. Anh có vui không?

제2과 단원평가 정답 및 해설

정답

1. ④　　2. ③
3. ②　　4. ②
5. ③　　6. ①
7. ②　　8. ④
9. a. Anh đến từ nước nào?　　b.Em xin tự giới thiệu.
10. a. Bạn tên là gì?　　b. Em là người nước nào?

해설

1 빈칸에 들어갈 말로 알맞은 것은?

A: 이름이 무엇입니까?
B: 내 이름은 밍입니다.

상대방의 이름이 무엇이냐고 묻는 질문이다. '무엇'이라는 의문대명사 'gì'를 사용한다.

2 빈칸에 공통으로 들어갈 말로 알맞은 것은?

A: 안녕하세요. 만나서 참 기쁩니다.
B: 안녕하세요. 나 역시 만나서 참 기쁩니다.

빈칸에 공통으로 들어갈 말은 수동형을 만드는 được이다.

3 빈칸에 들어갈 말로 알맞은 것을 <보기>에서 고른 것은?

A: Tôi là người Hàn Quốc. ____________?
B: Tôi là người Trung Quốc.

<보기>

a. 당신은요?
b. 어느 나라에서 오셨습니까?
c. 어때요.
d. 어느 나라 사람입니까?

'어느 나라 사람이냐?'고 묻는 의문문이다. 먼저 자신을 말하고 같은 내용을 상대방에게 묻는 형식이다.

4 빈칸에 들어갈 말로 알맞은 것은?

A: 나는 베트남인입니다.
B: 나도 베트남인입니다.

나 '역시' 혹은 나 '또한'의 의미를 갖는 문장이다.

5 빈칸 (a)와 (b)에 들어갈 말로 알맞은 것은?

A: 어느 나라 사람이야?
B: 베트남 사람이야. 친구는?
A: 한국 사람이야.

6 빈칸에 들어갈 말로 알맞은 것은?

안녕하세요.
저를 소개하겠습니다.
제 이름은 밍입니다.
저는 베트남인입니다.
여러분을 만나서 매우 기쁩니다.

처음 만난 친구들에게 자신을 소개하는 문장이다. 자신을 소개한다는 표현은 묻는 문장이다.

7 빈칸에 들어갈 말로 알맞은 것은?

A: 직업이 무엇입니까?
B: 교원입니다.

8 빈칸에 들어갈 말로 알맞은 것은?

A: 안녕. 내 이름은 밍이야. 어느 나라 사람이야?
B: 내 이름은 한나야. 중국인이야.

처음 만나서 인사를 하고 자신의 이름을 말하며 상대방의 국적을 묻는 문장이다. 대답을 봤을 때 ⑤번의 '중국인이냐'라는 질문은 맞지 않다.

9 다음의 문장을 베트남어로 옮기시오.

a. 어느 나라에서 오셨습니까? Anh/chị đến từ nước nào?

b. 저를 소개하겠습니다. Em xin tự giới thiệu.

10 다음의 대답이 나오도록 의문문을 만드시오.

a. Tên tớ là Minh. Bạn tên là gì?

b. Em là người Nhật Bản. Em là người nước nào?

제3과 단원평가 정답 및 해설

정답

1. ④	2. ③
3. ④	4. ③
5. ③	6. Em làm việc ở Busan.
7. 해설참조	8. Chị tìm thấy nó rồi.
9. G	10. ⑤

해설

[1~5] 빈칸에 들어갈 말을 찾으시오.

1 정답: ④ Tôi ngồi trước bàn. 나는 책상 앞에 앉아 있다.

'~의 앞'이라는 의미를 표현할 때 'trước + 명사'의 형태로 사용한다.

이때 'trước'의 뒤에는 시간과 공간을 나타내는 말 모두 올 수 있다.

2 정답: ③ Có hoa quả trên bàn. 책상 위에는 꽃이 있다.

Có는 '~을 가지고 있다', '~이 있다'라는 의미로 사용되며 상기 문장에서는 '~이 있다'는 의미로 사용되었다.

예) Tôi có 5 quyển sách tiếng Việt. 나는 5권의 베트남어 책을 가지고 있다.

Trong nhà có 2 phòng vệ sinh. 집에는 2개의 화장실이 있다.

3 정답: ④ Có một cô giáo ở trong lớp. 여선생님 한 분이 수업을 하고 있다.

남자 선생님은 thầy, 여자 선생님은 cô 이다.

❹ 정답: ③ Dưới bàn có một con mèo. 책상 아래에는 고양이가 한마리 있다.

con은 종별사로 보통 동물, 생물 앞에 사용하나 예외 적인 경우도 있다.

예) con chó (개), con chim (새), con bò (소)... 예외) con đường (길), con sông (강)

❺ 정답: ③ Thầy giáo đứng ở giữa tôi và bạn tôi. 남선생님은 나와 내친구 사이에 있다.

tôi는 '나'라는 의미의 1인칭대명사로서 anh, chị, em, cô, thầy 등의 1인칭 대명사와 달리 화자와 청자의 모든 관계를 배제한 나를 지칭하는 단어이다. tôi를 사용하면 자신을 낮추지도 높이지도 않는 표현이 된다.

[6~8] 주어진 문장을 의문문은 평서문으로 평서문은 의문문으로 바꾸시오.

※ 평서문에 의문사를 사용하거나, 문장의 끝에 phải không 또는 à 또는 không을 붙이면 의문문이 된다.

❻ 정답: Em làm việc ở Busan. 문장의 끝에 사용된 phải không을 없애면 평서문이 된다.

❼ 정답: Em thấy quyển sách ở đâu không?, Em thấy quyển sách ở trên bàn, phải không? 또는 Em thấy quyển sách ở trên bàn à?

phải không이 문장 끝에 사용되면 '맞지요', '그렇지요'라는 의미로 사용되어 부가의문문을 만든다. 한편 문장 끝에 à를 사용하된 의문문은 화자가 어느 정도 확신을 가지고 묻는 의미를 표현하기 위해 사용하는 의문문이다.

❽ 정답: Chị tìm thấy nó rồi.

thấy는 '눈으로 보다'라는 의미 이외에 '느끼다'라는 의미도 있다.

Anh thấy cái bút ở trên bàn không?

형/오빠는 테이블 위에 있는 펜을 보았나요?

Em thấy Hà Nội là một thành phố rất đẹp.

저는 하노이가 매우 아름다운 도시라고 느껴요.

❾ 방향과 관련된 표현의 이해

Linh은 Kim의 오른쪽에 앉아 있다. Lan은 Linh뒤에 앉아 있다.Mi-na는 Lan의 왼쪽에 앉아 있다. Su-mi는 Lan의 옆에 앉아 있다. Hiền은Su-mi 뒤에 앉아 있다. Nam은 Hiền의 왼편에 앉아 있고 Nga 옆에 앉아 있다.

정답: 본문의 내용을 참고 하면 각각의 자리에 앉아 있는 사람은 아래 그림과 같다.

	앞	
A(Kim)	Linh	B
C(Mi Na)	D(Lan)	E(Su mi)
F(Nga)	G(Nam)	H(Hiền)

⑩ 대화문의 내용 이해하기

A : 형/오빠는 어디에 사세요?

B : 형/오빠 집은 인천이야. 너는?

A : 저도 인천에 살고 있어요.

B : 그러면 너는 인천에서 일하니?

A : 아니요. 저는 서울에서 일해요.

B : 나도 너와 같아. 나도 서울에서 일해.

정답: 따라서 글의 내용으로 알 수 있는 정보는 A와 B 모두는 서울에서 일하고 있다이다.

제4과 단원평가 정답 및 해설

정답

1. ⑤	2. ③
3. ③	4. Hôm nay là thứ mấy?
5. Hôm nay là ngày bao nhiêu?	6. Năm nay tôi 25 tuổi.
7. 2 tháng sau tôi sẽ đi Việt Nam.	8. ③
9. c-a-b	10. ①

해설

[1~3] 빈칸에 들어갈 말로 알맞은 말을 찾으시오.

1 정답: ⑤ Ngày mai là chủ nhật. 오늘이 토요일이므로, 내일은 일요일이다.

2 정답: ③ Tháng này là tháng ba. 다음 달은 tháng sau로, 이번 달은 tháng này로, 저번 달은 tháng trước으로 표현한다. 다음 달이 4월이므로 이번 달은 3월이다. 4월은 tháng bốn이 아닌 tháng tư를 쓰며, 수요일은 thứ bốn이 아니라 thứ tư로 사용하는 것에 주의해야 한다.

3 정답: ③ Năm ngoái(trước) là năm 2014.
올해는 năm nay, 내년은 sang năm 또는 năm sau, 작년은 năm ngoái, năm trước 이다. 올해가 2015년이므로 2014년은 지난 해, 곧 작년 năm ngoái 또는 năm trước이된다.

[4~7] 다음을 베트남어로 옮기시오.

❹ 정답: Hôm nay là thứ mấy?

thứ + 숫자의 형태로 요일을 나타낸다.

❺ 정답: Hôm nay là ngày bao nhiêu? 또는 Hôm nay là ngày mùng mấy?

mùng은 1일에서 10일까지의 날짜를 물을 때 사용하며, bao nhiêu는 그 이후의 날짜를 물을 때 사용한다.

❻ 정답: Năm nay tôi 25(Hai mươi lăm) tuổi.

숫자 읽기에서 십의 자리가 1 이상인 수의 일의 자리에 오는 năm(5)은 lăm으로, 십의 자리가 2 이상인 수에서 mười(10)은 mươi로 바뀌며, 이때 일의 자리에 오는 một 은 mốt으로 각각 성조와 철자가 바뀌는 것에 주의해야 한다.

❼ 정답: 2 tháng sau tôi sẽ đi Việt Nam. 2달 후에 나는 베트남에 갈 것이다.

'시간 + sau'의 형태로 특정 시간 이후라는 의미를, '시간 + trước'의 형태로 특정 시간 전이라는 의미를 표현한다.

❽ 지문을 참고하였을 때 나의 생일은?

> 오늘은 6월 16일이고 나의 언니/누나의 생일이다. 그리고 일주일 후는 내 생일이고 내 생일로부터 정확히 한 달 뒤는 어머니 생신이다.

정답: 본문의 내용은 오늘은 6월 16일이며 언니/누나의 생일이다. 그리고 1주일 6월 23일이 나의 생일이라고 밝히고 있다. 따라서 정답은 ③ 6월 23일이 된다.

9 빈칸에 들어갈 말을 <보기>에서 찾아 문맥에 맞게 배열하시오.

> A : 오늘은 무슨 요일이죠 누나/언니?
> B :
> A :
> B : 그래? 네 아빠 생일 선물 준비했니?
> A :

<보기>

> a. 네. 그날이 우리 아빠 생일이에요.
> b. 아직이요. 오늘 사러가려구요.
> c. 오늘은 금요일이야. 이번 주 일요일에 너 무슨 일이 있니?

정답: 문맥의 흐름에 가장 알맞은 내용을 순서대로 배열하면 빈칸에는 c - a - b 순으로 와야한다.

10 글의 내용으로 알 수 있는 것은?

> A : 너 어디 가는 거니?
> B : 나는 학교 도서관에 가는 중이야. 몇 시니?
> A : 지금은 2시 반이야. 무슨 일 있니?
> B : 빙선생님을 3시에 도서관 앞에서 만나기로 했어.

정답: 글의 내용으로 보아 알 수 있는 것은 ① B는 3시에 약속이 있다. 밖에 없다.

제5과 단원평가 정답 및 해설

정답

1. 해설참조
2. 해설참조
3. 해설참조
4. 해설참조
5. ①
6. ②
7. ①
8. (a) bảy, (b) gia đình
9. c-a-b
10. 해설참조

해설

[1~3] 괄호 안의 단어를 사용하여 문장을 만드시오.

❶ 정답: Bố em làm nghề bác sĩ.

❷ 정답: Gia đình anh có bốn người.

❸ 정답: Dạ, tôi lập gia đình rồi. 또는 Dạ, tôi có vợ rồi.

❹ 다음의 숫자를 베트남어로 적으시오.

2.015	hai nghìn không trăm mười lăm
21	hai mươi mốt
30	ba mươi
205	hai trăm linh năm
1.25	một phẩy hai mươi lăm 또는 một phẩy hai năm
13.000.000	mười ba triệu

[5~7] 빈칸에 들어갈 말로 알맞은 말을 찾으시오.

5 우리가족은 네 명입니다.

정답: ① Gia đình tôi có bốn người.

có는 '~이 있다', '~을 가지고 있다'라는 의미로 사용된다.

6 아버지는 고등학교 선생님입니다.

정답: ② Bố tôi làm giáo viên trường phổ thông trung học.

'làm + 직업명사'는 '~의 직업을 가지고 있다'라는 의미이다.

7 누나/언니는 아직 결혼을 하지 않았습니다.

정답: ① lấy + chồng/vợ로 사용하여 '결혼을 하다'라는 의미를 표현한다.

예) Chị gái của em chưa lấy chồng. 또는 Chị gái của tôi chưa lập gia đình.또는 Chị gái của em chưa kết hôn.으로 '결혼하다'라는 의미를 다양하게 표현할 수 있다.

8 빈칸에 들어갈 말을 <보기>에서 찾아 적으시오.

> 우리 가족은 모두 7명이다. 아버지는 건축 기사이고 어머니께서는 집안 일을 하신다. 나는 은행에서 일을 하고 있다. 나는 결혼한지 4년이 되었고, 딸이 하나 있다.

정답: (a) bảy, (b) gia đình

9 문맥의 흐름이 바르게 연결되도록 <보기>에서 알맞은 말을 찾아 적으시오.

Linh : 언니 가족은 몇 명이에요?

Min-hee :

Linh : 언니의 언니는 무슨일을 하세요?

Min-hee :

Linh :

Min-hee : 재미있네! 네 오빠는 거기에서 일한 지 오래되었니?

Linh : 오빠는 일한 지 이제 1년이 되었어요.

<보기>

a. 그 언니는 ABC 여행사에서 일해요.

b. 그래? 네 오빠도 그 회사에서 일해요.

c. 아버지, 어머니, 언니, 남동생과 나 5명이야.

정답: 문맥의 흐름상 c - a - b의 순이 되어야 한다.

10 아래의 단어들에 해당하는 베트남어를 쓰시오.

큰아버지	bác	외할머니	bà ngoại
삼촌	chú	고모	cô
외삼촌	cậu	이모	dì

제6과 단원평가 정답 및 해설

정답

1. 해설참조
2. a
3. b
4. c
5. b-c-a
6. ④
7. d
8. b
9. c
10. a

해설

1 다음을 베트남어로 옮기시오.

아침	(buổi) sáng	정오, 점심	(buổi) trưa
오후	(buổi) chiều	저녁	(buổi) tối

[2~4] 빈칸에 들어갈 말을 <보기>에서 찾아 쓰시오.

2 너 학교에 온 지 오래 되었니?

막 왔어요. 누나/언니.

정답: mới ※'mới + 동사'의 형태로 막 '~하다'라는 의미를 나타낸다.

3 형/오빠 곧 도착 하나요?

조금만 더 기다려. 곧 도착해.

정답: sắp ※ 'sắp + 동사'의 형태로 곧 '~ 동사 할 것이다'라는 의미로 사용되어 가까운 미래, 근접 미래를 나타낸다.

4 오후에 너는 무엇을 할 거니?

오후에 저는 남 오빠/형을 만날 거예요.

정답: sẽ ※'sẽ + 동사'의 형태로 '~동사 할 것이다'라는 의미를 나타낸다.

<보기>

a. mới(비로서, 막, 겨우~하다)　b. sắp (곧 ~하다)　c. sẽ (~할 것이다)

5 문맥의 흐름에 맞도록 <보기>의 말들을 배치하시오.

A : 오늘 오후에 너는 무엇을 할 거니?

B :

A :

B : 공부한 지 겨우 3달 되었어요.

A : 베트남어 공부하는 것은 어렵니?

B : 약간 어렵지만 재미있어요.

A :

B : 외국어 학원(센터)에서 공부해요.

<보기>

a. 너는 어디서 공부를 하니?

b. 저는 베트남어를 배우러 갈 거예요.

c. 재미있네! 너 베트남어 공부한 지 오래되었니?

정답: 문맥의 흐름상 b - c - a 의 순이되어야 한다.

6 지문의 내용과 어울릴 수 없는 내용은?

> 홍은 보통 아침 7시에 일어난다. 일어난 후 세수와 양치를 하고 아침을 먹는다. 매일 아침에 빵 또는 쌀국수를 먹는다. 홍은 8시에 학교에 갔다가 4시에 집으로 돌아온다. 오후에 홍은 영어 공부를 하러간다. 영어 공부가 끝나면 집으로 돌아와 잠시 쉰다. 홍은 쉴 때 TV 또는 음악을 듣는다.

정답: 지문의 내용에 홍은 오후에 수영을 배운다는 내용이 없으므로 어울리지 않는 내용은 ④가 된다.

[7~10] 빈칸에 알맞은 말을 <보기>에서 찾아 쓰시오.

7 학교에 가기전에, 남은 항상 수영하러 간나. 정답: d

8 저녁 8시에 저는 그 형/오빠를 우리 집 앞에서 만나기로 약속했어요. 정답: b

9 숙제를 마친 후에, 저는 영화를 보러 갈거예요. 정답: c

10 나는 식사 후에 차를 즐겨 마신다. 정답: a

<보기>

> a. sau (~후에, 뒤에 명사가 와야함)
> b. trước (~전에, 뒤에 명사가 와야함)
> c. sau khi (~한 이후에, 뒤에 구나 절이 와야함)
> d. trước khi (~하기 전에, 뒤에 구나 절이 와야함)

제7과 단원평가 정답 및 해설

정답

1. 해설참조
2. 해설참조
3. 해설참조
4. 해설참조
5. (a) a (b) b
6. c
7. (d) e (e) e
8. ①
9. (a) d (b) c (c) b (d)a
10. c-a-b

해설

[1~4] 아래의 문장들을 베트남어로 옮기시오.

❶ 정답: Tôi thích lịch sử hơn toán.

❷ 정답: Tuần sau tôi định đi thành phố Hồ Chí Minh.

❸ 정답: Tôi thường đến trường bằng xe máy.

※ thường은 동사 앞에 사용하여 '보통, 대개, 일반적'으로라는 의미로 사용된다.

❹ 정답: Nếu đi bằng máy bay thì mất khoảng 2 tiếng.

※ khoảng은 확실치 않은 수나 양 앞에 사용되어 '대략', '약'이라는 의미를 표현한다.

[5~7] 빈칸에 들어갈 알맞은 말을 <보기>에서 찾아 쓰시오.

5

A : 꺼우 저이 우체국은 형/오빠 집에서 먼 가요?

B : 멀지 않아, 가까워! 걸어서 갈 수 있어.

6

A : 걸어가면 얼마나 걸려요?

B : 대략 10분 정도 걸려요.

7

그 형/오빠는 일하는 법을 알아요.

하롱은 하노이에서 약 170 킬로미터 떨어져 있다.

<보기>

a. xa (먼)	b. gần (가까운)	c. mất (소요되다, 걸리다)
d. chỉ (단지, 겨우)	e. cách (떨어져 있다)	

8 다음의 글의 내용과 맞지 않는 내용은?

> 수미와 수미의 오빠는 여행을 매우 좋아한다. 작년 여름에는 수미와 몇몇 같은 반 친구들은 싸빠에 갔었다. 이번 여름에 수미는 아버지, 어머니와 냐짱에 가기로 했다. 아쉽게도 수미의 오빠는 운전을 배워야 하기 때문에 갈 수 없다.

※Rất tiếc을 문장의 앞에 사용하여 '아쉽게도'라는 의미를 표현한다.

① 수미는 싸빠에 여행을 갔었다.

② 수미의 오빠는 여행을 자주 간다.

③ 수미는 여행을 가는것을 좋아하지 않는다.

④ 수미의 오빠는 운전을 배우고 싶지 않아한다.

⑤ 이번 여름 방학에 가족 모두가 냐짱으로 여행을 갈 것이다.

정답: 주어진 지문과 관련이 있는 내용은 ①이다.

9 빈칸에 알맞은 말을 <보기>에서 찾아쓰시오.

> A : 너는 학교에 무엇을 타고 왔니?
>
> B : 저는 걸어서 학교에 왔어요.
>
> A : 그래? 집이 학교에서 가깝구나 그렇지?
>
> B : 가깝지는 않지만 멀지도 않아요.

<보기>

a. xa (먼)	b. gần (가까운)
c. đi bộ (걷다)	d. bằng (~을 타고)

정답: (a) bằng, (b) đi bộ, (c) gần, (d) xa

10 문맥의 흐름이 맞도록 빈칸에 들어갈 말을 <보기>에서 찾아 배열하시오.

A :

B : 그래. 가족 모두가 호찌밍시에 갈거예요.

A :

A : 비행기를 타고가.

B : 비행기를 타고 가면 몇 시간 걸리죠?

A :

<보기>

a. 그래? 무엇을 타고 가니?

b. 2시간 정도 걸려.

c. 이번 겨울에 어디로 가시나요?

정답: 문맥의 흐름상 c - a - b의 순서로 배열되어야 한다.

제8과 단원평가 정답 및 해설

정답

1. 해설참조
2. 해설참조
3. ①
4. ④
5. ②
6. ②
7. 해설참조
8. 해설참조
9. 해설참조
10. ②

해설

[1~2] 다음 글을 베트남어로 옮기시오.

❶ 길 좀 물어보겠습니다.

정답: Làm ơn cho tôi hỏi đường ạ.

❷ 시 우체국은 어디입니까?

정답: Bưu điện thành phố ở đâu ạ?

❸ 빈칸에 들어갈 말을 찾아 쓰시오.

정답: ① 여기에서 환 끼엠 호수까지 먼가요?

'từ A đến B'는 'A에서 B까지'라는 의미로 시간과 공간에 모두 사용할 수 있다.

❹ 빈칸에 들어갈 말을 찾아 쓰시오.

정답: ④ 제 생각으로는 택시를 타고 가는 것이 좋을 것 같습니다.

자신의 생각을 객관화하거나, 겸손을 표현하고자 할 때 'theo + 주어'의 형태로 사용하여 '내 생각으로는'이라는 의미를 표현한다.

5 다음 문장을 대화 흐름에 맞게 순서대로 배열한 것은?

a. 오빠/형은 어디가세요?
b. 나는 자전거로 가려고해.
c. 나는 홈시장에 가려고해.
d. 멀지 않아요. 형/오빠는 무엇을 타고 갈 예정이에요?
e. 여기에서 홈시장까지는 머니?

① a - b - c - d - e
② a - c - e - d - b
③ b - a - c - d - e
④ b- c - e - d - a
⑤ e - a - b - c - d

정답: ②

6 빈칸에 들어갈 말로 알맞은 것은?

A : Từ nhà em đến trường bao xa?
B : ＿＿＿＿＿＿＿＿＿＿ .

① 실례합니다.
② 약 2km 정도 되요.
③ 안 갈거예요.
④ 오토바이를 타고 가요.
⑤ 오늘은 학교에 가지 않아요.

정답: ②

[7~9]. 주어진 낱말을 문장이 되도록 배열하시오.

7 정답: Anh muốn đi đâu?

8 정답: Bưu điện thành phố ở đâu?

9 정답: Nghe nói Chợ Bến Thành ở gần khách sạn New World.

10 글의 내용으로 알맞은 것은?

> 베트남에 온 이후, 오토바이를 탈 줄 몰라서 민호는 보통 자전거를 타고 다녔다. 민호는 이제 오토바이를 배웠고 내일 아침에 환 끼엠 호수로 오토바이를 타고 갈 것이다. 민호는 자신이 묵고 있는 호텔에서 환 끼엠 호수까지 오토바이로 15분 정도 걸린다고 들었다.

① 민호는 귀국 준비를 하고 있다.
② 민호는 환 끼엠 호수에 갈 것이다.
③ 민호는 자전거를 탈 줄 모른다.
④ 민호는 오토바이를 타고 여행을 갈 것이다.
⑤ 내일 아침 민호는 오토바이를 배우러 간다.
정답: 지문의 내용에 부합하는 선택지는 ② 이다.

제9과 단원평가 정답 및 해설

정답

1. ④
2. ③
3. ③
4. ⑤
5. ③
6. ③
7. (a) Cho tôi hai bát phở bò. (b) Cho tôi biết số điện thoại của bạn ạ.
8. Cho tôi nói chuyện với thầy giáo.
9. ④
10. 1) Chị ấy béo lên vì ăn nhiều.
    2) Anh ấy hay cãi nhau với bạn gái vì nóng tính.

해설

1 다음 중 'chưa' 의 쓰임이 바르지 않은 것은?

① 아침 먹었니?

② 후에 가 봤어요?

③ 일 아직 안 끝났니?

④ 언니는 소고기 쌀국수를 먹을꺼에요?

⑤ 계산하셨어요?

'Chưa'는 경험을 묻는 의문문이므로 'chưa?' 대신 'không?'을 사용하여 묻는 것이 자연스럽다.

❷ 다음 대화의 순서로 올바른 것을 고르시오.

(a) 밥 먹었니?

(c) 네, 아직이요. 오빠는요?

(e) 오빠도 밥 아직 안 먹었어.

(d) 그러면 우리 밥 먹으러 가요!

(b) 응. 오빠가 맛있는 식당 알아. 가자!

❸ 아래 빈칸에 공통으로 들어갈 말로 알맞은 것을 고르시오.

(a) 그는 배가 아프기 때문에 오늘 집에서 쉬었다.

(b) 오늘 나는 피곤하기 때문에 밥을 안 먹는다.

① rồi (완료형) ② 그래서 ③ ~때문에 ④ 그러나 ⑤ 아직

'Vì'는 '~때문에' 라는 의미로 원인을 나타내는 표현이다. 문장 첫머리 또는 문장의 중간에 위치할 수 있다.

❹ 빈칸에 들어갈 말로 알맞은 것을 고르시오.

A: 너 베트남 음식 좋아하니?

B: 좋아하지!

A: 어떤 음식이 제일 좋아?

B: 나는 바잉 쎄오가 좋아. 그런데 분팃 느엉은 싫어.

A: 왜! 분팃 느엉도 정말 맛있는데.

① 바잉 쎄오는 맵기 때문에 좋아하지 않아.

② 왜냐하면 바잉 쎄오가 너무 맛없기 때문이야!

③ 바잉 쎄오를 요리해 줄 수 있니?

④ 그런데 분팃느엉도 좋아해.

⑤ 그런데 분팃 느엉은 싫어.

5 아래 빈칸에 공통으로 들어갈 말로 알맞은 것을 고르시오.

> (a) 저에게 책 한 권 주세요.
>
> (b) 부모님은 항상 자식을 위해 희생한다.

① 주다 ② 가지다(취하다) ③ ~에게 / 주다 ④ 있다 ⑤ ~위해

(a)의 'Cho'는 '명사(구) 1에게 명사(구) 2를 주다' 라는 의미로 사용되었고, (b)의 'Cho'는 '~에게 / ~위해'라는 의미로 사용되었다.

6 빈칸 (a), (b)에 들어갈 말로 알맞은 것을 고르시오.

> A: 너 숙제 끝냈어?
>
> B: 아직. 어제 친구랑 놀러 가서 아직 숙제 못 끝냈어.
>
> A: 그래? 저녁은 먹었어?
>
> B: 응. 저녁은 이미 먹었어.

① (a) 권유/친근함 표현 (b) 아직

② (a) 권유/친근함 표현 (b) 이미/벌써 (완료형)

③ (a) 아직 (b) 이미/벌써 (완료형)

④ (a) 아직 (b) 할 수 있다 (가능형)

⑤ (a) 할 수 있다 (가능형) (b) 아직

(a)는 경험 혹은 어떤 일의 완료를 물어보는 경우와 이에 대한 부정의 대답으로 'chưa'가 적합하다. (b)는 긍정의 대답으로 'rồi(완료형)'를 사용하고, 'đã'는 'rồi'와 결합할 수 있다.

7 다음의 문장을 베트남어로 옮기시오.

(a) 소고기 쌀국수 두 그릇 주세요. Cho tôi hai bát phở bò.

(b) 저한테 전화번호를 알려주세요. Cho tôi biết số điện thoại của bạn ạ.

8 다음 단어들을 알맞은 순서로 배열하시오.

cho / với / tôi / thầy giáo / nói chuyện

Cho tôi nói chuyện với thầy giáo.

제가 (남)선생님과 얘기하도록 해주세요.

9 다음 보기의 ( )에 들어갈 말로 알맞은 것을 고르시오.

> A: 안녕하세요.
> B: 여기 빨강색 하이힐 있나요?
> A: 네, 잠시만 기다려 주세요. 이 신발은 어떠세요?
> B: 오! 정말 예쁘네요! 신어(봐도) 되나요?
> A: 네, 그럼요.

① rồi (완료형) ② 아직 ③ ~주다 / ~에게 ④ 시도하다 / ~해보다 ⑤ 그러나

'구두를 신어 봐도 되요?'로 'thử'가 적합하다.

10 'vì A nên B' 의 형태를 ' B vì A'형태로 바꾸어 쓰시오.

1) Vì chị ấy ăn nhiều nên béo lên.

Chị ấy béo lên vì ăn nhiều. 그녀는 많이 먹어서 살이 쪘다.

2) Vì anh ấy nóng tính nên hay cãi nhau với bạn gái.

Anh ấy hay cãi nhau với bạn gái vì nóng tính.

그는 성질이 급해서 자주 여자친구와 다툰다.

제10과 단원평가 정답 및 해설

정답

1. ⑤
2. ⑤
3. ④
4. ③
5. ②
6. ①
7. (a) Anh vừa xem phim vừa ăn cơm.
   (b) Chị vừa tập thể dục vừa nghe nhạc.
   (c) Em vừa có nhà riêng vừa có xe hơi.
8. 1) b　2) c　3) a　4) d
9. 1) Anh có thể nấu ăn được không?
   2) Tôi thường vừa đi bộ vừa nghe nhạc. / Tôi thường vừa nghe nhạc vừa đi bộ.
   3) Anh hãy đi theo taxi đó.
   4) Nhà hàng kia chỉ có bán bánh tôm và bún chả thôi.
10. (a) Em có thể ăn món ăn Việt Nam được không?
    (b) Anh có thể giúp em được.

해설

1 다음 문장 중 'gì'의 사용이 틀린 것을 고르시오.

① 너의 이름이 무엇이니?
② 천민에요.
③ 오빠, 뭐 먹고 싶어요?
④ 무엇이든 괜찮습니다.
⑤ Em đi đâu gì?

'gì'는 '무엇'이라는 의미의 의문사이며, 'đâu'는 '어디'라는 의문사이다. 이미 'đâu'가 나왔기에 'gì'가 추가되어 있는 것은 비문이다.

2 아래 A, B, C에 들어갈 말로 알맞은 것을 고르시오.

> (a) 중국 핸드폰과 비교했을 때, 한국 핸드폰이 더 좋다.
> (b) 그러면 여기에 단지 삼성 핸드폰 밖에 없습니까?

	A	B	C
①	그리고	단지	뿐이다
②	할 수 있다	같다	와 같은
③	따라서	단지	무슨
④	와 비교하여	아니다	해야 한다
⑤	와 비교하여	단지	뿐이다

3 아래 빈칸에 공통으로 들어갈 말로 알맞은 것을 고르시오.

> (a) 저를 따라오세요!
> (b) 저에 따르면(생각에는) 냐짱이 예쁩니다.

① ~할 수 있다 ② 아직 ③ ~ 하자 ④ ~에 따라서 ⑤) 그러나

(a)는 동사 'theo'의 '따라가다', (b)는 '~에 따라서' 라는 의미로 사용되었다.

4 빈칸의 보기를 순서에 맞게 배열한 것을 고르시오.

> (a) ~할 수 있다 (b) 오빠 (c) 의문형 (d) 베트남어로 말하다 (e) 가능형

Anh có thể nói tiếng Việt được không?

오빠는 베트남어를 말할 수 있어요?

'주어 + có thể + 술어 + 목적어 + được không?' 문형이다.

5 빈칸에 들어갈 말로 알맞은 것을 고르시오.

A: 여보세요? 너 지금 뭐 하는 중이야?
B: 저 자고 있었어요. 왜요 언니?
A: 언닌 지금 커피숍에서 베트남어 공부하고 있어.
B: 그곳에 누구랑 있어요?
A: 음, 언니 혼자만 있어.
B: 그래요? 제가 거기로 갈게요. 언니 혼자 있으면 매우 심심해요!

① 언니 밥 먹었어.
② 언니 혼자만 있어.
③ 언니는 하노이에 살아.
④ 언니는 친구랑 커피 마시면서 베트남어 공부하고 있어.
⑤ 언니는 친구랑 얘기 중이야.

6 다음 중 'có thể'의 사용으로 알맞은 문장을 고르시오.

'có thể'는 '~할 수 있다' 라는 의미로, 형용사/동사 앞에 위치한다. 'Em có thể lái xe máy được không?' '너는 오토바이 운전 할 줄 아니?'라는 의미로 'có thể' 뒤에 'lái(운전하다)'라는 동사가 위치하였지만 2번부터 4번까지는 'có thể' 뒤에 모두 명사가 위치해 비문이다.

7 아래의 문장에 'vừa ... vừa ...'를 사용하여 문장을 만드시오.

(a) 나는 영화를 보고 밥을 먹는다.
(b) 나는 운동을 하고 음악을 듣는다.
(c) 저는 개인주택과 자동차가 있습니다.

(a) Anh vừa xem phim vừa ăn cơm. 나는 영화를 보면서 밥을 먹는다.

(b) Chị vừa tập thể dục vừa nghe nhạc. 나는 운동을 하면서 음악을 듣는다.

(c) Em vừa có nhà riêng vừa có xe hơi. 저는 개인주택이 있으면서 자동차가 있습니다.

8 다음 보기에서 알맞은 단어를 찾아 괄호 안에 넣으시오.

(a) ~와 비교해서 (b) ~할 수 있다 (c) ~하면서 ~한다 (d) 단지~일 뿐이다

1) 오빠 좀 도와 줄 수 있니? (b)
2) 나는 커피를 마시면서 베트남어를 공부한다. (c)
3) 다른 회사들과 비교하면 삼성 회사가 더 많이 유명하다. (a)
4) 여기는 쌀국수 뿐이 안 파나요? (d)

9 다음 단어를 어법에 맞게 순서대로 배열하시오.

1) có thể / nấu ăn / anh / được không?

Anh có thể nấu ăn được không? 형은 요리 할 수 있어요?

2) thường / tôi / vừa / đi bộ / vừa / nghe nhạc

Tôi thường vừa đi bộ vừa nghe nhạc. / Tôi thường vừa nghe nhạc vừa đi bộ.
저는 보통 걸으면서 음악을 들어요. / 저는 보통 음악을 들으면서 걸어요.

3) đi / taxi đó / anh / hãy / theo

Anh hãy đi theo taxi đó. 저 택시를 따라가 주세요.

4) bánh tôm/ thôi / nhà hàng kia / bún chả / chỉ /có bán / và

Nhà hàng kia chỉ có bán bún chả và bánh tôm thôi. /

Nhà hàng kia chỉ có bán bánh tôm và bún chả thôi.

저 식당은 분짜랑 바잉똠만 팔아요. /

저 식당은 바잉똠하고 분짜만 팔아요.

10 다음 문장을 'có thể'를 이용한 문장으로 바꿔 보시오.

(a) Em ăn món ăn Việt Nam được không?

Em có thể ăn món ăn Việt Nam được không? 너는 베트남 음식 먹을 수 있니?

(b) Anh giúp em được.

Anh có thể giúp em được. 형은 너를 도와줄 수 있어.

제11과 단원평가 정답 및 해설

정답

1. ③
2. ④
3. ③
4. ⑤
5. ⑤
6. ①
7. ①
8. (a) Ai là người Hàn Quốc. (b) Đây là trường đại học của tôi.
9. ④
10. 1) Chị ấy càng ngày càng đẹp.
    2) Bạn đó càng ngày càng học giỏi.
    3) Càng làm việc nhiều càng mệt.

해설

❶ 다음 문장 중 'để'의 의미가 다른 것을 고르시오.

① 저는 높은 점수를 받기 위해 공부를 열심히 할 거에요.

② 당신은 베트남에 무엇을 하기 위해 왔어요?

③ 너 핸드폰 어디에 놔두었니?

④ 내일 저는 지각하지 않기 위해 일찍 일어나야 해요.

⑤ 모든 사람이 이해하기 위해 좀 더 천천히 얘기하세요.

1,2,4,5번의 경우, '~을/를 위해'의 의미로 사용되었고, 3번의 경우, '~에 두다' 라는 의미로 사용되었다.

2 다음 (a), (b)에 들어갈 말로 알맞은 것을 고르시오.

> A: 그는 누구야?
> B: 그는 유명한 가수야. 그는 이제 막 베트남에 왔어.

① (a) 어디 (b) ~할 수 있다 (가능형)

② (a) 어디 (b) 있다

③ (a) 누구 (b) 있다

④ (a) 누구 (b) 이제 막

⑤ (a) 누구 (b) ~위해 / ~에 두다

문맥 상 (a)에는 '누구'의 의미인 'ai'가 들어가야 하며, (b)에는 '이제 막' 이라는 의미인 'vừa mới'가 들어가야 맞다.

3 아래 빈칸에 공통으로 들어갈 말로 알맞은 것을 고르시오.

> (a) 내가 한 번 봐볼게.
> (b) 나는 여행하기 위해 다낭에 왔다.

① 때 ② 아마도 ③ ~위해 / ~에 두다 ④ 이제 서야(막) ⑤ ~ 인 것 같다

4 아래 밑줄 친 단어의 뜻으로 알맞지 않은 것을 고르시오.

① 베트남은 날이 갈수록 발전한다. - 날이 갈수록

② 그는 돈을 벌기 위해 열심히 일을 한다. - 하기 위해

③ 비가 올 것 같다. - 인 것 같다 (추측)

④ 아마도 그는 바쁜 것 같아. 우리 나중에 얘기하자! - 아마도 (추측)

⑤ 그녀는 공부하면서 TV를 본다. - 이제 막

'vừa' 가 단독으로 사용되었을 경우에는 '이제 막' 이라는 뜻이지만, 'vừa … vừa …'의 문형에서는 '~하면서 ~하다'라는 뜻이다.

5 다음 대화의 내용으로 알 수 있는 것은?

마이: 오늘 왜 Hoa는 출근을 안 했어?
뚜언: 병원에 간 것 같은데.
마이: 오빠가 그걸 어떻게 알아?
뚜언: 왜냐하면 어제 Hoa 얼굴이 빨갛고 열이 좀 난다고 생각했거든.
마이: Hoa한테 전화해봤어?
뚜언: 아직, 잠깐만 기다려봐. 전화해볼게.

① Hoa는 병원에 입원했다.
② Hoa는 오늘 친구와 함께 출근했다.
③ 오늘 Hoa는 열이 좀 있었다.
④ Tuấn은 오늘 Hoa와 통화를 했다.
⑤ Tuấn은 곧 Hoa에게 전화를 걸 것이다.

6 아래 빈칸에 공통으로 들어갈 말로 알맞은 것을 고르시오.

(a) 동생은 이제서야 오빠가 보낸 편지를 받았다.
(b) 저의 어머니는 보통 노래를 부르면서 요리를 하신다.

① 이제서야(막) ② 비로서 ③) 있다 ④ ~위해 / ~에 두다 ⑤ ~할 수 있다 (가능형)

7 다음 문장을 보고, 빈칸에 들어갈 말로 알맞은 것을 모두 고르시오.

아마 그녀는 오늘 오지 않을 것 같아요.
______ cô ấy không đến.
a. 아마도 b. ~인 것 같다 c. 비록 d. ~때문에

① a,b ② a,c ③ b,c ④ b,d ⑤ a,b,c

'아마 그녀는 오늘 오지 않을 것 같아요.'라는 의미로, 추측을 표현하고 있다. 추측을 나타내는 표현은 'có lẽ'와 'hình như'이다.

8 다음의 문장을 베트남어로 옮기시오.

(a) 누가 한국 사람입니까? Ai là người Hàn Quốc?

(b) 여기는 나의 대학교입니다. Đây là trường đại học của tôi.

9 다음 문장 중 틀린 것을 고르시오.

① 그의 병은 날이 갈수록 심해진다.

② 그 동생은 이제 막 집으로 돌아갔다.

③ 이 펜은 누구의 것입니까?

④ Em học tiếng Việt để trên bàn.

⑤ 그녀는 곧 결혼할 것 같다.

4번이 문맥상 자연스럽지 못하다. 'để'를 '~위해'로 사용할 것인지, '~놓다'로 사용할 것인지 구분하여 문장을 만들어야 한다.

→ Em học tiếng Việt để đi du lịch Việt Nam.
저는 베트남에 여행을 가기 위해 베트남어를 공부해요.

→ Quyển sách lịch sử của em để trên bàn.
제 역사책은 책상 위에 두었어요.

10 'càng ngày càng'과 'càng A càng B' 용법을 사용하여 아래의 문장을 베트남어로 쓰시오.

1) 그 누나는 날이 갈수록 예뻐. Chị ấy càng ngày càng đẹp.

2) 그 친구는 날이 갈수록 공부를 잘해. Bạn đó càng ngày càng học giỏi.

3) 빨리 할수록 좋아요. Càng nhanh càng tốt.

제12과 단원평가 정답 및 해설

정답

1. ②
2. ③
3. ⑤
4. ④
5. ①
6. ②
7. ③
8. 1) ② 2) ③ 3) ①

9. (a) Anh nhờ em giúp anh được không?
   (b) Các bạn hãy im lặng trong thời gian thi.
   (c) Cả 2 người đều sai rồi.

10. 1) Chắc là cô ấy giàu lắm.
   2) Anh nhờ em làm giúp 3 cốc cà phê đá.
   3) Em hãy ăn kiêng đi!.
   4) Đó là múa rối nước truyền thống Việt Nam.

해설

1 아래의 문장 중 'đừng'의 사용이 틀린 것을 고르시오.

① 그렇게 하지마.

② Em đừng quyển sách.

③ 오빠, 담배 피우지마.

④ 거짓말 하지마!

⑤ 빨리 달리지 말아요.

'Đừng'은 '~하지 말아라' 라는 뜻으로 동사앞에 위치하여 부정명령형을 만든다. 2번의 경우, 'quyển sách'이라는 명사가 나왔기 때문에 비문이다.

2 빈칸의 보기를 순서에 맞게 배열한 것을 고르시오.

(a) 모두 (b) 병원(장소) (c) 가다(동사) (d) 두 명(주어/명사)

① a-b-d-c ② a-d-b-c ③ d-a-c-b ④ d-a-b-c ⑤ b-a-c-d

→ Hai người đều đi bệnh viện.

'주어(복수형) + đều + 술어'의 형태로 '주어 모두 술어하다'라는 의미이다.

3 아래 빈칸에 공통으로 들어갈 말로 알맞은 것을 고르시오.

(a) 오빠 그렇게 나쁘게 말하지 마세요!

(b) 더는 그 친구 만나지 말아라!

① 가다 ② 모두 ③ 부탁하다 ④ 그 것은 ~이다 ⑤ ~ 하지 말아라

4 아래 대화의 상황으로 빈 칸에 들어갈 말로 알맞은 것을 고르시오.

A: 응우옌, 지금 한가하니?

B: 네, 지금 한가해요. 왜요?

A: 지금 오빠 좀 도와줄 수 있니?

B: 네 도와줄 수 있어요. 오빠 잠시만요.

A: 고마워!

① 가고 싶다.

② 난 지금 막 공부하고 왔다.

③ 아마도 매우 잘 할 겁니다.

④ 오빠 좀 도와줘.

⑤ 언니 오빠 모두 일하러 간다.

5 아래의 문장 중 'chắc là'가 올바로 사용된 문장을 고르시오.

① 확실히 그녀는 매우 아름다울거야.

1번이 올바른 문장이며, 2~5번을 'chắc là'를 사용하여 알맞은 문장으로 바꾸면 다음과 같다.

② Chắc là món đó ngon phải không? 확실히 그 음식은 맛있겠죠?

③ Chắc là hôm nay trời mưa. 확실히 오늘 비가 올 거야.

④ Bạn gái của anh ấy chắc là đẹp rồi. 그의 여자친구는 확실히 예쁠 거에요.

⑤ Chắc là cô ấy xem phim nhiều. 확실히 그녀는 영화를 많이 볼거야.

6 다음 문장 중 알맞지 않은 것을 고르시오.

① 오빠 저 좀 도와줄 수 있을까요?

② Đi nhanh lên hãy.

③ 아마도 갠 늦을 꺼야.

④ 오빠 더 이상 말하지 마세요.

⑤ 사거리에서 우회전 해주세요.

'hãy'가 문장 끝에 사용되었으므로, 올바른 문장이 될 수 없다. 'hãy + 동사'의 형태로 사용하는 것이 맞다.

Đi nhanh lên hãy. → Hãy đi nhanh lên. 빨리 가세요.

7 아래 빈칸에 공통으로 들어갈 말로 알맞은 것을 고르시오.

(a) 동생 덕분에 오늘 정말 즐거워.

(b) 오빠가 약을 사주세요. (사주기를 부탁해요.)

① 그래서 ② 모두 ③ 덕분에/ 요청하다 ④ ~하세요 ⑤ ~지 마라

(a), (b)에 공통으로 들어갈 알맞은 말은 'nhờ'이다.

8 다음 대화를 보고 보기의 알맞은 단어를 고르시오.

(a) 모두 (b) ~하지 말아라 (c) ~하세요 (d) 단지 (e) 해야 한다

1) A: Anh không muốn gặp em hả? 오빠 서 만나기 싫어요?

B: Không. Đừng nói như vậy! 아니, 그렇게 말하지 마!

① a ② b ③ c ④ d ⑤ e

2) A: Dạo này em béo lên nhiều rồi.요즘 저 살이 많이 쪘어요.

B: Em hãy tập thể dục. 너 운동해.

① a ② b ③ c ④ d ⑤ e

3) A: Hôm nay 2 em đều trông có vẻ không khỏe.

오늘 너희 2명 다 몸이 안 좋아 보여.

B: Đúng rồi. Chúng em bị cảm rồi. 맞아요. 저희 감기 걸렸어요.

① a ② b ③ c ④ d ⑤ e

1) '~하지 말라' 라는 의미로 'đừng'을 사용한다.

2) '~하세요' 라는 의미로 'hãy'를 사용한다.

3) '모두' 라는 의미로 'đều'를 사용한다.

9 아래의 문장을 ( ) 안의 단어를 사용하여 문장을 바꾸시오.

(a) Em có thể giúp anh được không? (nhờ) 오빠를 도와줄 수 있니?
(b) Các bạn im lặng trong thời gian thi. (hãy) 시험시간에 조용히 하세요.
(c) Cả 2 người sai rồi. (đều) 두 사람 모두 틀렸어요.

(a) Anh nhờ em giúp anh được không?
오빠를 도와줄 수 있니? (정중한 요청 / 부탁)
(b) Các bạn hãy im lặng trong thời gian thi. 모두들 시험시간에 조용히 하세요.
(c) Cả 2 người đều sai rồi. 두 사람 모두 틀렸어요.

10 다음 단어를 어법에 맞게 순서대로 배열하시오.

1) Chắc là cô ấy giàu lắm. 아마도 그녀는 매우 부자일거야.
2) Anh nhờ em làm giúp 3 cốc cà phê đá. 냉커피 세 잔 부탁해.
3) Em hãy ăn kiêng đi! 다이어트 해!
4) Đó là múa rối nước truyền thống Việt Nam.
그것은 베트남 전통 수상인형극이에요.

제13과 단원평가 정답 및 해설

정답

1. ②　　2. ①

3. ④　　4. ②

5. ⑤

6. 1) Em thường không ăn sáng.
   2) Buổi sáng tôi luôn luôn đi học ở trường.
   3) Anh ấy không bao giờ hút thuốc.

7. 1) a　2) c　3) b　　8. ②

9. 1) Em có cần anh giúp không?
   2) Từ đấy đến trường đại học mất khoảng 10 phút.
   3) Những sinh viên đẹp này đều là bạn của em.
   4) Tôi cũng nghĩ như anh.

10. (a) Chị ấy là bạn gái của tôi chứ không phải bạn gái của anh ấy.
    (b) Hôm nay là thứ hai chứ không phải thứ ba.

해설

1 베트남어로 작문 시 순서에 맞게 배열한 것을 고르시오.

> (a) 나는 원한다　(b) ~에게 / ~위해　(c) 그 부인　(d) 돕다

1) c-a-d-b　2) a-c-d-b　3) a-b-c-b　4) b-d-a-c　5) b-c-b-a

2 아래 문장의 ( ) 안에 알맞은 것을 고르시오.

> 이 망고 1kg에 (약 / 대략) 얼마에요?

① 약 / 대략 ② 그러나 ③ ~들 ④ 그래서 ⑤ 만약

( )안에 들어갈 알맞은 말은 '대략 / 약'이라는 의미인 'khoảng'이다.

3 아래 빈칸에 공통으로 들어갈 말로 알맞은 것을 고르시오.

> (a) 이 대학생(들)은 책을 읽는 중이다.
> (b) 사무실에 열심히 일하는 직원(들)이 있다.

① ~와 함께 / ~에 대해 ② 만약 ③ ~때문에 ④ ~들 ⑤ 있다

4 다음 중 틀린 문장을 고르시오.

① 누나 저 좀 도와주실 수 있어요?
② Quán cà phê kia có nhiều những sinh viên.
③ 여기부터 그 곳까지 거리는 10km예요.
④ 이 음식은 소고기 쌀국수이지 분보 후에가 아니에요.
⑤ Tuyết 누나는 연예인 같이 예뻐요.

'nhiều'가 있는 경우 'những'을 붙이지 않는다.

5 다음 중 틀린 문장을 고르시오.

① 나는 많은 사람들을 돕고 싶어요.
② 나는 약 5kg 정도 뺐다.
③ 내 얼굴과 형 얼굴은 쌍둥이 같이 닮았다.
④ 내 집에는 귀여운 강아지들이 있다.
⑤ Anh ấy học nhiều như chăm chỉ.

'~ 같이' 라는 의미인 "như"의 뒤에는 명사가 온다. 이 문장을 바르게 고치면 'Anh ấy học nhiều như một người chăm chỉ'가 된다.

6 다음 문장을 베트남어로 바꾸시오.

1) 저는 보통 아침을 안 먹습니다. Em thường không ăn sáng.

2) 나는 항상 아침에 학교에 간다. Buổi sáng tôi luôn luôn đi học ở trường.

3) 그는 절대로 담배를 피우지 않는다. Anh ấy không bao giờ hút thuốc.

7 다음 대화를 보고 보기의 알맞은 단어를 골라 빈칸을 채우시오.

(a) 돕다 (b) 약 / 대략 (c) ~같이

1) (a)

A: 오빠 저를 좀 도와줄 수 있어요?

B: 미안해. 지금 너무 바빠.

2) (c)

A: 그 누나는 연예인 같이 예뻐.

B: 저도 그렇게 느꼈어요. 그런데 듣기로는 그 누나는 예의가 없대요.

3) (b)

A: 너 여기 오는데 대략 얼마나 걸려?

B: 네, 약 5분 밖에 안 걸려요.

8 빈칸에 들어갈 말로 알맞은 것을 고르시오.

A: 타인 오빠에 대해 뭐 들은 거 있어?

B: 뭘 들어?

A: 타인 오빠 부자지 가난한 사람이 아니래!

B: 오! 맙소사! 타인 오빠 진짜 부자래?

A: 응, 진짜라니깐.

① 버스기사래.

② 부자지 가난한 사람이 아니래.

③ 8km 떨어져 있는 곳에 사는 사람이래.

④ 말 많은 사람이래.

⑤ 유명한 연예인이래.

9 아래 문장 중 밑줄 친 부분을 알맞게 고치시오.

1) Em có cần anh giứp không?

Em có cần anh giúp không? 오빠가 도울 필요가 있니?

2) Từ đấy đến trường đại học mất khoãng 10 phút.

Từ đấy đến trường đại học mất khoảng 10 phút.

거기부터 대학교까지 10분 정도 걸려요.

3) Nhưng sinh viên đẹp này đều là bạn của em.

Những sinh viên đẹp này đều là bạn của em.

이 예쁜 대학생들은 모두 제 친구예요.

4) Tôi cũng nghĩ nhú anh.

Tôi cũng nghĩ như anh. 저도 당신처럼 생각해요.

giứp → giúp

khoãng → khoảng

Nhưng → Những

nhú → như

10 다음 문장을 'A chứ không phải B'를 이용하여 문장을 알맞게 바꿔 보시오.

(a) Chị ấy không phải là bạn gái của anh ấy mà là bạn gái của tôi.

Chị ấy là bạn gái của tôi chứ không phải bạn gái của anh ấy.

그녀는 나의 여자친구이지 그의 여자친구가 아니다.

(b) Hôm nay không phải là thứ ba. Hôm nay là thứ hai.

Hôm nay là thứ hai chứ không phải thứ ba.

오늘은 월요일이지 화요일이 아니다.

제14과 단원평가 정답 및 해설

정답

1. ④
2. ②
3. ②
4. ④
5. ②
6. (a) Em trông có vẻ bị đau đầu.
   (b) Cà phê kia có vẻ ngon.
7. 1) Tôi cũng nghĩ như vậy!
   2) Chúc anh cuối tuần vui vẻ.
   3) Anh ấy đã ngã vào lúc cuối.
   4) Khoảng cách giữa hai thành phố là 5 dặm.
8. ⑤
9. 1) b 2) c 3) d 4) a
10. (a) Hôm nay em cũng ăn món ăn Việt Nam.
    (b) Hôm qua anh cũng gọi điện cho bố mẹ.

해설

1 다음 문장들 중 'đầu'가 다른 의미로 사용된 것을 고르시오.

① 오빠 머리는 정말 작아요.
② 오늘 저는 머리가 아파요.
③ 나는 머리 감는 중이야.
④ 처음부터 끝까지.
⑤ 동생 머리를 때리다.

'đầu'는 '처음' 또는 '머리'라는 의미가 있다. 1, 2, 3, 5번의 'đầu'의 의미는 신체부위의 '머리'를 뜻하고, 4번의 'đầu'는 '처음'이라는 의미로 쓰였으므로, 다른 의미로 사용된 문장은 4번이다.

2 아래 회화 중 ( ) 안에 들어갈 말로 알맞은 것을 고르시오.

A: 너 어디 갔다 왔어?

B: 나 방금

① 잠자러 가지 않는다

② 학교에 갔다왔어

③ 도서관에 갈 것이다

④ 밥 먹는 중이다

⑤ 화장실에 곧 갈 것이다

'đi … về'의 의미는 '~갔다 왔다'의 의미로 A가 '어디 갔다 왔어?'라고 질문하였기 때문에, '~갔다 왔다.'로 대답한 5번 문장이 맞다.

3 다음 중 'cuối'의 쓰임으로 옳지 않은 것을 고르시오.

① 연말에 오빠는 결혼할 거야.

② Em làm cuối thì mới được về nhà.

③ 주말에 누나는 뭐할거에요?

④ 월말에 우리 어머니께서는 한국으로 돌아가실 거예요.

⑤ 저는 이 길 끝에 살아요.

'cuối'의 의미는 '끝 / 말' 이라는 의미로 시간 또는 위치에 관한 표현과 함께 사용한다. '일을 끝내다/ 공부를 끝내다'와 같이 행동이 끝나는 의미로는 'xong'을 사용하는 것이 적합하다.

2번 문장을 바르게 고치면, 'Em làm xong thì mới được về nhà. (끝나야 집에 갈 수 있어요.)'이다.

❹ 아래의 대화 내용을 알맞게 배열한 것을 고르시오.

(a) 그러면 저는 bún bò Huế를 먹을게요.
(b) 그럼, 나도 bún bò Huế 먹을게.
(c) 오빠는 이 식당에 맛있는 음식이 뭔지 알아요?
(d) 이 식당 모든 음식이 다 맛있어. 특별히 bún bò Huế가 있지.

(c) 오빠는 이 식당에 맛있는 음식이 뭔지 알아요?
(d) 이 식당 모든 음식이 다 맛있어. 특별히 bún bò Huế가 있지.
(a) 그러면 저는 bún bò Huế를 먹을게요.
(b) 그럼, 나도 bún bò Huế를 먹을게.

❺ 아래 빈칸에 공통으로 들어갈 말로 알맞은 것을 고르시오.

(a) 요즘 두 국가 사이의 관계가 매우 좋아!
(b) 맞아, 나도 그렇게 생각해.

① 마지막 ② ~사이 ③ 처음 / 머리 ④ 모두 ⑤ ~들

❻ 다음의 문장을 베트남어로 옮기시오.

(a) 너 머리 아파 보여. Em có vẻ bị đau đầu.
(b) 저 커피 맛있어 보인다. Cà phê kia có vẻ ngon.

7 다음 단어를 어법에 맞게 순서대로 배열하시오.

1) nghĩ/ như vậy/ tôi/ cũng

Tôi cũng nghĩ như vậy! 나도 그렇게 생각해!

2) anh/ cuối/ chúc/ tuần/ vui vẻ

Chúc anh cuối tuần vui vẻ. 주말 잘 보내세요!

3) 5 dặm/ khoảng cách/ hai thành phố/ là/giữa

Khoảng cách giữa hai thành phố là 5 dặm.

두 도시 사이의 거리는 5마일이다.

8 다음 중 틀린 문장을 고르시오.

① Chị ấy cũng cao bằng tôi. 그녀도 저만큼 키가 커요.

② Cô ấy có vẻ mệt. 그녀는 피곤해 보여요.

③ Ai cũng biết nó cả. 누구나 그를 다 알아요.

④ Lần này là lần cuối cùng. 이번이 마지막이에요.

⑤ Quyển sách đó ở 2 túi sách giữa.

올바른 문장으로 고치면 'Quyển sách đó ở giữa 2 túi sách.'이며, '그 책은 두 책 가방 사이에 있어요.'라고 해석한다.

9 다음 보기에서 알맞은 단어를 찾아 괄호 안에 넣으시오.

(a) ~사이 / 중간 (b) ~또한 / ~역시 (c) 마지막 (d) 머리 / 처음

1) 어느 날이나 (역시) 운동하러 가요. (b)

2) 토요일은 주(말)이에요. (c)

3) 그는 (머리)가 커서 친구들이 놀려요. (d)

4) 겨울 (중순)에는 눈이 많이 내려요. (a)

10 다음 문장을 'cũng'을 이용하여 문장을 바꿔 보시오.

(a) 오늘 저는 베트남 음식을 먹습니다.

Hôm nay em cũng ăn món ăn Việt Nam. 오늘 저도 베트남 음식을 먹습니다.

(b) 어제 오빠는 학교에서 베트남어 숙제를 했습니다.

Hôm qua anh cũng gọi điện cho bố mẹ.

어제 오빠도 부모님께 전화를 드렸습니다.

cũng'은 '~또한', '~역시'라는 의미로 주어 뒤에 사용된다. '주어 + cũng'은 '주어 역시 / 또한'의 의미로 해석 된다.

제15과 단원평가 정답 및 해설

해설

[1~3] 다음을 베트남어로 옮기시오.

❶ 정답: Mình đang ở khách sạn.

[đang + 서술어]의 형태를 사용하면 현재진행형의 의미를 나타낼 수 있다.

❷ 정답: Bạn muốn tìm nhà để thuê phải không?

문장의 끝에 'phải không'을 사용하면 '그렇지?, 맞지?'와 같은 부가의문문의 의미를 가지게 된다. 한편 'à'를 문장의 끝에 사용하면 화자가 자신의 묻고자 하는 바에 대한 상당한 확신과 함께 의아함을 표현하는 의문문을 만든다.

❸ 정답: Mình cần một phòng ngủ, một phòng tắm và một phòng ăn có cả bếp.

'cần + 서술어'의 형태로 '서술어가 필요하다'라는 의미로 사용된다. 'có cả'는 '~까지도 있다', '~에 더해서 있다'라는 의미를 가지는 관용적인 표현이다.

[4~5] 주어진 단어들을 올바른 문장이 되도록 배열하시오.

❹ 정답: Bây giờ bạn đang ở chỗ nào?

❺ 정답: Mình muốn thuê nhà khoảng sáu tháng.

※ 'khoảng'은 확정되지 않은 시간, 일자, 수 등의 앞에 사용되어 '약', '정도'의 의미를 표현한다.

6 빈칸에 들어갈 말을 <보기>에서 찾아 문맥에 맞게 배열하시오.

A :

B : 찾았어. 어제 저녁에 집 하나를 찾았어.

A : 잘 됐네, 그 집은 한 달 세가 얼마니?

B : 물세를 포함해서 4백만 동이야.

A : 싼 것은 아닌데 비싼 것도 아닌 것 같아.

B : 침실이 2개, 거실이 1개, 주방이 1개가 있어.

<보기>

a. 방이 몇 개니?

b. 너는 어떻게 생각해?

c. 너 집은 찾았니?

정답: ④ c - b- a이다.

7 광고의 내용에서 얻을 수 없는 정보를 고르시오.

집 임대

꺼우저이 면적 70㎡, 침실 2개, 주방 1개, 화장실 1개, 시장과 가까움.

4백만 동/월, 전기세, 물세 미포함.

연락: 마이, 0912345678

정답: 광고의 내용에 맞지 않는 것은 ②이다.

[8~10] 빈칸에 들어갈 알맞은 말을 고르시오.

8 '당신은 무슨 생각을 ….. 하고 있습니까?'라는 문장으로 빈칸에는 '그렇게'에 해당되는 단어를 찾는 문제이다. 정답은 ②번이다.

9 '그는 일…. 때 사고를 당했다.'는 문장으로, '일 하는 중'이라는 의미를 표현하는 현재 진행 시제 부사인 'đang'이 맞다. 정답은 ①번이다.

10 '그는 즉시 우리를 만나야 한다. 우리는 그를 두 시간이나 기다렸다.'라는문장으로 이미 두 시간이나 기다렸다는 '과거'를 표현하는 시제 부사인 'đã'를 사용해야 한다. 정답은 ④번이다.

제16과 단원평가 정답과 해설

해설

[1~3] 다음을 베트남어로 옮기시오.

❶ 정답: Mời cháu vào đây ngồi.

'mời + 주어 + 동사'의 형태로 사용되어 권유, 청유의 의미를 나타낸다.

❷ 정답: Cháu bị nhức đầu, chóng mặt và ho.

'bị'는 주어에게 부정적이거나 이롭지 않은 상황을 나타내는 서술어 앞에 사용된다.

❸ 정답: Có bị sốt không?

'có ~ không?'의 형식으로 의문문을 만들며, 긍정의 대답은 'có', 부정의 대답은 'không'으로 한다.

[4~5] 주어진 단어들을 올바른 문장이 되도록 배열하시오.

❹ 정답: Sức khoẻ của cháu bị làm sao?

'bị làm sao?'는 주로 부정적인 상황에 대해 묻고자 할 때 사용하며 문맥에 따라 '~가 잘못됐니?', '~가 아프니?', '~는 어때?'라는 다양한 의미를 표현한다.

❺ 정답: Dạ, chỉ hơi sốt thôi ạ.

'chỉ ~ thôi'는 '단지 ~하다'라는 의미로 'chỉ' 또는 'thôi'가 단독으로 사용될 수도 있다.

6 빈칸에 들어갈 말을 <보기>에서 모두 찾으시오.

A: 너 어디에 가니?

B: 안녕하세요 누나/언니. 저는 지금 병원에 가는 중이에요.

A: 너 어디 안 좋은 거니?

B: 제가 ______________.

B : 언제부터 그랬니?

A : 오늘 아침부터요 언니/누나.

<보기>

a. 열이 많이 나요

b. 머리가 매우 아파요

c. 재미 없어 보여

d. 핸드폰을 학교에서 잃어버렸어

e. 지금 언니/누나에게 돈을 지불하고 싶어요

정답: ①번이다.

7 빈칸에 들어갈 말을 <보기>에서 찾아 문맥에 맞게 배열하시오.

A: 너 몸이 어떤 것 같니?

B: ______________

A: ______________

B: 예. 제 목이 정말 아파요.

A: 독감과 인후염이야. 여기 네 처방전이야.

B: 의사 선생님, 감사합니다.

A: ______________

약을 먹고 쉬면 금방 나을 거야.

<보기>

a. 너무 걱정하지마!

b. 네. 저는 머리가 아프고 열까지 나요.

c. 그러면 목이 아프고 기침이 나니?

정답: ②번 b-c-a 순이 되어야 한다.

[8~10] 빈칸에 들어갈 알맞은 말을 고르시오.

8 '내 어머니 모습은 걱정스런 모습으로 ……... 하다.'는 문장으로 '가득 차다'는 단어가 정답이다. 정답은 ③번이다.

9 '따가운 햇빛 …... 가면 아주 쉽게 병이 든다.'는 문장으로, '~아래'라는 단어가 들어가야 한다. 정답은 ④번이다.

10 '오늘 뚜는 학교를 쉬었는데, … 병에 걸렸기 때문이다.'라는 문장으로, '아마도, 틀림없이, 할 수 있는' 등과 같은 말이 모두 해당 될 수 있다. 따라서 정답은 ④번이다.

제17과 단원평가 정답 및 해설

해설

[1~3] 주어진 낱말을 사용하여 질문에 대한 답을 쓰시오.

1. Sở thích của cậu là gì? (đi bơi) '네 취미는 뭐니?'라는 질문에 '수영하기'라는 대답을 만드는 것으로, '내 취미는 수영하기야.'라는 대답을 만든다. 정답은 'Sở thích của tớ là đi bơi.'이다.

2. Sở thích của bố là gì? (chơi thể thao) '아버지의 취미는 무엇입니까?'라는 질문에 '운동하기'라는 대답을 만드는 것으로, '내 취미는 운동하는 것이다.'라는 대답을 만든다. 정답은 'Sở thích của bố là chơi thể thao.'이다.

3. Chị thích loại phim nào? (phim tình cảm) '당신(누나, 언니)은 어떤 영화를 좋아합니까?'라는 질문에 '멜로'라고 대답을 만드는 것으로 '나는 멜로를 좋아합니다.'라는 대답을 만든다. 정답은 'Chị thích phim tình cảm'이다.

[4~5] 아래 문장을 우리말로 옮기시오.

4. 주말에 서는 보통 영화를 보고 농구를 합니다.

5. 저는 액션 영화를 가장 좋아합니다.

[6~10] 빈칸에 들어갈 알맞은 단어를 고르시오.

6 Bà Tám là nhân viên ______ khách sạn Viễn Đông. 이 문장은 '땀 여사는 극동호텔 … 직원이다.'이다. 빈칸에 들어갈 말은 소유를 표현하는 '의'에 해당하는 단어로, 정답은 ② của이다. ① từ(~부터), ③ với(~과), ④ đến(이르다, 도착하다)의 의미로, 정답이 아니다.

7 Theo tôi, bạn ấy là người thông minh ______ lớp này. 이 문장은 '나는 그 친구가 이 학급에서 … 총명한 사람이다.'는 문장으로, 빈칸에 들어갈 단어는 '가장'이라는 의미의 최상급을 표현하는 ② nhất가 정답이다. ① hơn(보다), ③ bằng(같은), ④ kém(모자란, 부족한)은 정답이 될 수 없다.

8 Em còn đẹp ______. ngày xưa. 이 문장은 '너는 옛날 … 여전히 예쁘다.'라는 문장으로, 빈칸에 들어갈 말은 '~보다 더'이라는 의미의 ③ hơn이 정답이다. ① lắm(매우), ② rất(매우), ④ nhất(가장)은 정답이 될 수 없다.

9 Tôi ______ đi học bằng xe đạp. 이 문장은 '나는 … 자전거로 학교에 간다.'라는 문장으로, 빈칸에 들어갈 말은 빈도를 표현하는 부사인 ① thường(보통)이 정답이다. ① sau khi(~한 후), ③ khi nào(언제?), ④ trước khi(~하기 전)은 정답이 될 수 없다.

10 Chiều thứ bảy ______. tôi cũng đi mua sắm. 이 문장은 '토요일 오후에는 … 쇼핑을 간다.'라는 문장으로, '늘/항상'을 의미하는 관용어구 [nào ~ cũng]의 문형을 이해하고 있는지를 묻는 문제이다. 따라서 정답은 ② nào이고, ① gì(무엇), ③ sao(왜), ④ đâu(어디)는 정답이 될 수 없다.

제18과 단원평가 정답 및 해설

해설

[1~3] 주어진 낱말을 사용하여 질문에 대한 답을 쓰시오.

1. Các bạn đã làm bài tập về nhà chưa? (rồi) '여러분 집에 가서 숙제 했습니까?'라는 질문에 '예, Dạ, rồi ạ.'라고 대답하는 문제이다.

2. Các bạn có hỏi gì không? (không) '여러분 질문 있습니까?'라는 질문에 부정의 대답 '아니오, Dạ, không ạ.'라고 대답하는 문제이다.

3. Ở nhà có chuyện gì không em? (không) '집에 무슨 일 있니?'라는 질문에 '아니오, 그냥 그래요. Không, bình thường.'라고 대답하는 문제이다.

[4~5] 아래 문장을 우리말로 옮기시오.

4. 선생님, 질문 있습니다.

5. 이 문장을 이해할 수 없어요.

[6~10] 빈칸에 들어갈 알맞은 단어를 고르시오.

6. Anh ấy tặng tôi một bó hoa hồng. Không biết anh ấy có ______ gì không? 이 문장은 '그가 나에게 장미꽃 한 다발을 선물했다. 그가 어떤 … 를 갖고 있는 지 알 수 없다.'를 표현하고 있다. 따라서 빈칸에는 어떤 '뜻/생각'에 해당하는 단어를 찾으면 된다. 정답은 ① ý이다. ② ý nghĩa(의미), ③ ý chí(의지)로, ④ ý kiến(의견)은 정답이 될 수 없다.

7 Trong thời gian làm việc, chị có gặp trở ngại ______ . không? 이 문장은 '일하는 동안 당신(언니/누나)는 … 장애를 만났습니까?'이다. 따라서 빈칸에는 '어떤'을 의미하는 '③ gì'가 와야 된다. ① à와 ② dạ 그리고 ④ được이 빈칸에 들어가면 비문이 된다. 정답은 ③이다.

8 Anh có biết em ấy ở ______ không? 이 문장은 '그가 …에 있는지 압니까?' 라는 문장이다. 따라서 빈칸에 들어갈 말은 '어디'이다. 따라서 정답은 ③ đâu이다. ① à(의문사), ② nơi(장소), ④ nào(어떤)은 정답이 될 수 없다.

9 Vấn đề này, ______ ông, không phải là trách nghiệm của tôi. 이 문장은 '이 문제에 대해, 당신께 … 내 책임이 아닙니다.'이다. 답지를 보면 '아뢰다, 얘기하다'라는 의미의 ① thưa가 정답이다. 'Thưa ông'은 '당신께 말씀드리면'의 의미이다. ② thưa gửi(보냅니다), ③ dạ(예), ④ xin(청하다)는 정답이 될 수 없다.

10 Thưa ______ , tôi xin thay mặt Khoa tiếng Việt phổ biến một vài tin quan trọng. 이 문장은 '…. 베트남어과를 대신하여 몇 가지 중요한 소식을 전합니다.' 이다. 빈칸에 들어갈 말은 청자를 가리키는 말이 와야 한다. 답지에서는 ① '노동자 여러분 các công nhân'와 ③ '여러분 các bạn'이 청자를 가리키는 말이다. ② '얼마나 많은 직원 bao nhiêu nhân viên'과 ④ '~엄마들 những người mẹ'은 어법에 맞지 않는 비문이다. 그러면 내용으로 볼 때 '여러분'에 해당하는 ③가 정답이 된다. ①는 문법적으로 틀렸다고는 할 수 없지만, 어법상 어색하다.

제19과 단원평가 정답 및 해설

해설

[1~3] 주어진 낱말을 사용하여 질문에 대한 답을 쓰시오.

❶ Hôm nay thời tiết thế nào? (đẹp) '오늘 날씨 어때?'라고 물을 때 '좋아'라고 대답하는 문장을 만든다. 정답은 'Hôm nay trời đẹp.'이다.

❷ Chiều nay thời tiết thế nào? (mưa) '오늘 오후 날씨는 어때?'라고 물을 때 '비가 온대'라고 대답하는 문장을 만든다. 정답은 ' Chiều nay trời sẽ mưa.'이다.

❸ Chiều mai thời tiết thế nào? (nắng đẹp) '내일 오후 날씨는 어때?'라고 물을 때 '좋대'라고 대답하는 문장을 만든다. 정답은 'Chiều mai trời nắng đẹp.'이다.

[4~5] 아래 문장을 우리말로 옮기시오.

❹ 너 일기예보 봤어?'

❺ 오늘 비가 올 거야.

[6~10] 빈칸에 들어갈 알맞은 단어를 고르시오.

❻ Anh ________ nộp đơn xin việc chưa? '당신(오빠/형)은 구직신청서를 제출했습니까?'라는 문장으로 'đã ~ chưa?'라는 관용어구를 이해하는 지를 묻는 문항이다. 따라서 정답은 ① đã이다. ② đang, ③ sẽ, ④ có가 들어가면 비문이 된다.

7 Chúng tôi không đi được vì thời tiết ______. 이 문장은 '우리는 ~ 날씨 때문에 갈 수가 없다.'이다. 빈칸에 들어갈 말은 '나쁜'에 해당하는 ③ xấu이다. ① đẹp(아름다운), ② tốt(좋은), ④ không giỏi(잘 못하는)은 문장에 맞지 않는다.

8 Trời ______! Cất quần áo vào nhà đi! 이 문장은 '…, 옷을 집안으로 들여라!'이다. 따라서 날씨가 어떤 때에 옷을 집안으로 들이는지를 생각하면 된다. 즉 '비가 오네!'에 해당하는 ③ mưa가 정답이다. ① nắng(햇빛이 나는), ② lạnh(추운), ④ ấm áp(따뜻한)은 문장에 어울리지 않는다.

9 Dạo này trời nóng quá! Chắc tuần sau tôi sẽ đi Vũng Tàu ______ biển vài ngày. 이 문장은 '요즘 날씨가 너무 더워! 다음 주에 나는 꼭 붕따우로 며칠간 바다 … 하러 갈 거야.'이다. 따라서 정답은 '해수욕, 바다수영'을 의미하는 ② tắm이다. ① bơi(수영하다), ③ lội(시내를 건너다), ④ rửa(씻다)는 정답이 될 수 없다. 해수욕은 tắm biển이다. 본문에 biển이 제시되어 있기 때문에 '수영하다'라는 뜻의 bơi는 정답이 될 수 없다.

10 Trời nắng ______ nhưng mát vì có gió. 이 문장은 '햇빛은 … 따갑지만 바람이 불어서 시원하다.'는 의미이다. 빈칸에 들어갈 적절한 말은 '햇빛이 아주 따가운'이라는 의미에 포함될 수 있는 말이어야 한다. 따라서 정답은 ① to이다. ② bé(어린), ③ lớn(큰), ④ cao(높은)은 nắng의 정도를 표현하는 말이 아니다.

제20과 단원평가 정답 및 해설

해설

[1~3] 주어진 낱말을 사용하여 질문에 대한 답을 쓰시오.

1. Cậu biết thứ bảy tuần sau là ngày gì không? (sinh nhật của bạn) '너 다음 주 토요일이 무슨 날인지 아니?'라고 물을 때 '친구의 생일'이라고 대답하는 문장을 만든다. 정답은 'Có, biết. Thứ bảy tuần sau là sinh nhật của bạn.'이다.

2. Có hôm nào bạn rỗi không? (không bao giờ) '너 한가한 날이 있어?'라고 물을 때 '결코 그런 날이 없어'라고 대답하는 문장을 만든다. 정답은 'Mình không bao giờ rảnh rỗi đâu.'이다.

3. Mẹ vẫn khỏe chứ ạ? (khỏe) '어머니 여전히 건강하지요?'라고 물을 때 '건강해'라고 대답하는 문장을 만든다. 정답은 'Mẹ vẫn khỏe.'이다.

[4~5] 아래 문장을 우리말로 옮기시오.

4. 다음 주 토요일에 너 시간 있니?

5. 잠깐만 기다려봐.

[6~10] 빈칸에 들어갈 알맞은 단어를 고르시오.

6 Ngày 10 tháng 10 là sinh nhật chị à? Vậy là chúng ta sinh ______ ngày. 이 문장은 '10월 10일이 당신(누나/언니)의 생일이지요? 그러면 '우리는 … 날에 태어났습니다.'로, 빈칸에는 '같은 날'을 의미하는 단어를 찾아야 한다. 이에 해당하는 것은 ① cùng이다. ② chung(공동의), ③ riêng(별도의), ④ giống(닮은)은 정답이 될 수 없다.

7 ______ em đã thi đỗ đại học. 이 문장은 '대학 입학시험 합격을 … 한다.'로, 빈칸에 '축하한다'는 말이 들어가야 한다. 따라서 정답은 ② Chúc mừng이다. ① Cầu chúc(기원하다), ③ Ước mong(바라다), ④ Hy vọng(희망하다)는 정답이 될 수 없다.

8 Bữa tiệc sinh nhật tối hôm qua rất ______. 이 문장은 '어젯밤 생일잔치는 아주 … 했다.'로, 빈칸에 들어갈 말은 '즐겁다'이다. 정답은 ② vui이다. 이 문장에서는 '매우(rất)'라는 부사 뒤에는 형용사가 와야 한다. 따라서 ① vui chơi, ③ vui đùa, ④ vui mừng과 같은 동사는 올 수 없다.

9 Chúc anh ______ khỏi bệnh. 이 문장은 '… 쾌유를 빕니다.'로, 빈칸에 들어갈 말은 '빠른'이다. 따라서 정답은 ③ sớm이다. ① ngay(즉시), ② liền(바로), ④ mới(막)은 정답이 될 수 없다.

10 Tôi xin ______ hai bạn mãi mãi hạnh phúc! 이 문장은 '나는 두 사람이 영원히 행복하기를 ….'로, 빈칸에 들어갈 말은 '기원하다'이다. 따라서 정답은 ④ chúc이다. ① chúc mừng(축하하다), ② hy vọng(희망하다), ③ mong(바라다)는 정답이 될 수 없다.

저자

송정남

·하노이국가대학교 역사학 박사

·한국외국어대학교 베트남어과 교수(현)

주요 저서 및 논문

·베트남 역사 읽기(저서)

·고등학교 전문교과 외국어계열 베트남어 교과서(공저)

·베트남 레초의 교육과 과시 일고찰(논문)

박연관

·하노이국가대학교 문학박사

·청운대학교 베트남학과 교수(현)

주요 저서 및 논문

·한국어-베트남어 사전(공저)

·고등학교 전문교과 외국어계열 베트남어 교과서(공저)

·베트남 설화의 트릭스터 Trang Quynh 일고찰(논문)

베트남어 고득점 전략

초판 인쇄 2015년 8월 20일
초판 발행 2015년 8월 25일

지은이 송정남
발행인 김인철
발행처 한국외국어대학교 지식출판원
02450 서울특별시 동대문구 이문로 107
전화 02)2173-2493~7
팩스 02)2173-3363
홈페이지 http://press.hufs.ac.kr
전자우편 press@hufs.ac.kr
출판등록 제6-6호(1969. 4. 30)
디자인 · 편집 디자인퍼브 02) 2254-4308
인쇄 · 제본 네오프린텍(주) 02)718-3111

ISBN 978-89-7464-116-0 53730 정가 19,800원(부록포함)

*잘못된 책은 교환하여 드립니다.

HUINE은 한국외국어대학교 지식출판원의 어학도서, 사회과학도서, 지역학 도서 Sub Brand이다. 한국외대의 영문명인 HUFS, 현명한 국제전문가 양성(International +Intelligent)의 의미를 담고 있으며, 휴인(携引)의 뜻인 '이끌다, 끌고 나가다'라는 의미처럼 출판계를 이끄는 리더로서, 혁신의 이미지를 담고 있다.

베트남어 수험서

실전문제풀이집

베트남어 고득점 전략

| 송정남 외 지음 |

부록

HU:iNE

Contents

베트남어 고득점 전략 실전문제풀이집

실전문제풀이집

문제 4세트, 정답 및 해설

VIETNAMESE
CSAT
(College Scholastic
Ability Test)

1 문제은행 30문항

❶ □에 들어갈 글자를 순서대로 조합하여 만들 수 있는 낱말은?

□ân

s□

□á

① bác ② cốc ③ chó ④ cam ⑤ tôm

❷ 밑줄 친 부분과 발음이 같은 것을 <보기>에서 있는 대로 고른 것은?

Anh ấy đang <u>ngh</u>e nhạc.

<보기>

a. ngủ b. nhé c. này

① a ② b ③ c ④ ab ⑤ac

❸ 성조 표기가 옳은 것을 고른 것은?

a. bên trài b. buổi sáng c. phong khạch d. sở thích

① ab ② ac ③ bc ④ bd ⑤cd

❹ 빈칸에 공통으로 들어갈 말로 알맞은 것은?

Seoul ______ Gyeongju 250km.
Anh ấy vừa đi ______ đây 5 phút.

① mới ② sắp ③ cách ④ gần ⑤ xa

❺ 빈칸에 공통으로 들어갈 말로 알맞은 것은?

Lan: Anh có ______ đọc sách ở đây không?
Nam: Tôi ít khi đọc sách ở thư viện này vì sách ở đây ít và không ______ lắm.
Lan: Thế anh ______ đọc sách ở đâu?
Nam: Tôi ______ đọc sách ở thư viện Hà Nội.

① thường ② hay ③ rất ④ hơi ⑤ luôn

❻ 빈칸에 들어갈 말로 알맞은 것은?

Lan: Cái áo này đẹp đấy, cậu mua đi.
Mai: Ừ được đấy nhỉ, nhưng mình không ______ tiền, mình chỉ có 100.000 đồng.

① đủ ② thiếu ③ ít ④ thích ⑤ cần

7 빈칸에 들어갈 말로 알맞은 것은?

> Lan: Anh đi làm bằng gì?
>
> Nam: Nhà gần nên tôi ______.

① đạp xe bằng đi làm thường
② đạp thường đi xe bằng làm
③ đi thường làm xe đạp bằng
④ làm thường đi đạp bằng xe
⑤ thường đi làm bằng xe đạp

8 문장 표현이 옳은 것을 있는 대로 고른 것은?

> a. Nếu trời mưa thì chúng ta sẽ không đi du lịch nữa.
>
> b. Khi tôi đến nên cô ấy đang làm bài tập.
>
> c. Dù được điểm cao nhưng anh ấy vẫn không vui.

① a ② b, c ③ a, c ④ a, b ⑤ a, b, c

9 밑줄 친 부분의 표현이 옳지 <u>않은</u> 것은?

> Lan: Sở thích <u>(a) của</u> bạn là mua sắm <u>(b) phải không</u>?
>
> Mai: Ừ, <u>(c) thế</u> thì bạn biết?
>
> Lan: Vì mình thấy bạn có nhiều quần áo, giày, kính <u>(d) hoặc</u> mũ mới.
>
> Mai: Ừ, nhưng mình thích mũ và túi xách <u>(e) nhất</u>.

① a ② b ③ c ④ d ⑤ e

❿ 빈칸에 들어갈 말로 알맞은 것은?

> A: Hôm nay chúng ta xem phim gì?
> B: Xem ________ nhé. Ở rạp Đông Đô đang có phim mới rất thú vị.

① của Mỹ hành phim động
② động hành của Mỹ Phim
③ hành động phim của Mỹ
④ Mỹ của phim hành động
⑤ phim hành động của Mỹ

⓫ 빈칸 (a), (b)에 들어갈 말로 알맞은 것은?

> A: Đây là ảnh em gái tớ.
> B: Ồ, em gái cậu giống cậu quá nhỉ.
> C: Ừ, ai cũng (a) hai chị em tớ giống (b) .

	(a)	(b)
①	bảo	nhau
②	bảo	đừng
③	dặn	thì
④	khuyên	nhau
⑤	thấy	xấu

⑫ 대화로 보아 Quân의 가족이 Đà Nẵng에서 돌아 올 날은?

> Hồng: Mai là 30.4, gia đình anh có đi du lịch không?
>
> Quân: Có chứ, được nghỉ đến 5.5 nên chúng tôi sẽ đi du lịch 3 ngày.
>
> Hồng: Bao giờ anh đi?
>
> Quân: Sáng mai chúng tôi sẽ đi ngay.

① 30.4 ② 1.5 ③ 2.5 ④ 3.5 ⑤ 5.5

⑬ 대화의 내용과 일치하는 것은?

> A: Tôi đang muốn thuê nhà có 2 phòng ngủ.
>
> B: Nhà này có 2 phòng ngủ, mới xây 2 năm, anh xem đi.
>
> A: Tôi thấy được đấy, nhà này cho thuê bao nhiêu một tháng vậy?
>
> B: 3 triệu rưỡi một tháng chưa kể tiền điện nước.

① A muốn thuê nhà 3.5 triệu.

② A đang ở nhà có vị trí đẹp.

③ A muốn ở nhà có 2 phòng ngủ.

④ B thích nhà có 2 phòng ngủ hơn A.

⑤ B muốn cho thuê nhà trên 3,5 triệu.

⑭ 빈칸에 들어갈 말로 알맞은 것은?

> A: Dạo này trông em có vẻ mệt!
>
> B: Em cũng thấy mệt có lẽ vì em thường đi ngủ muộn.
>
> A: ________, như thế không có lợi cho sức khỏe.
>
> B: Vâng em cũng biết thế, em sẽ cố gắng ngủ sớm.

① cấm mệt nhé

② không nên đâu

③ đừng nói nhiều thế

④ hãy nghỉ học

⑤ bác sỹ sẽ thích

⓯ 빈칸에 들어갈 말로 알맞은 것을 <보기>에서 찾아 순서대로 바르게 배열한 것은?

A: Chị ơi quả này là quả gì vậy ?

B: ________, em ạ. Ngon lắm.

A: Có ngọt không ạ?

B: Em ________, ngọt lắm.

A: ________, bao nhiêu tiền ạ?

B: 20.000 đồng em ạ.

<보기>

a. cho em một quả

b. ăn thử đi

c. đu đủ đấy

① a-b-c ② a-c-b ③ b-c-a ④ b-c-a ⑤ c-b-a

⓰ 빈칸에 들어갈 말로 알맞은 것을 <보기>에서 고른 것은?

A: Cháu bị đau răng 2 ngày rồi ạ.
B: Nào, ______.

<보기>

a. tôi không khám.
b. cháu đau tay à?
c. xem nào.
d. để bác khám.

① a, b ② a, c ③ b, c ④ b, d ⑤ c, d

⓱ 그림을 보았을 때, 중앙우체국의 위치에 대한 알맞은 설명은?

A: Bưu điện trung tâm thành phố ở đâu ạ?
B: Bạn đi thẳng phố Tràng Thi này sẽ thấy ngã tư. Từ ngã tư đi thẳng sẽ thấy hồ nước. Bưu điện ở ______ Hồ Hoàn Kiếm.

① giữa
② trong
③ trên
④ đối diện
⑤ cuối

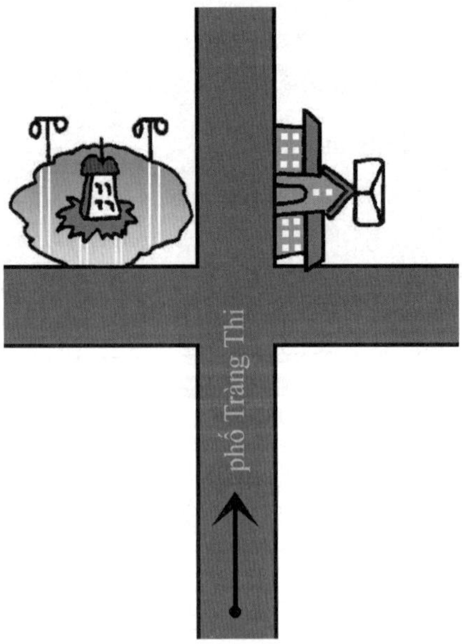

⑱ 빈칸에 들어갈 말로 알맞은 것을 <보기>에서 있는 대로 고른 것은?

A: Nghe nói hôm nay có mưa. Em nhớ mang ô nhé!

B: ____________.

<보기>

a. Vâng, hôm nay trời có mưa đâu
b. Vâng ạ, em cảm ơn
c. Em có ô trong túi rồi
d. Không, em đã không đi

① a, b ② a, c ③ b, c ④ b, d ⑤ c, d

⑲ 대화의 내용으로 알 수 <u>없는</u> 것은?

A: Cậu muốn ăn gì? Mình thấy ở đây phở bò ngon nhất đấy! Ở nhà hàng này, phở bò là đặc sản số một đấy.

B: Thế thì mình ăn phở bò. Cậu cũng ăn phở bò chứ?

A: Mình vừa ăn phở bò sáng nay. Mình sẽ ăn cơm rang.

B: Còn đồ uống, uống cô ca nhé!

A: Ừ, uống cô ca đi. Chị ơi, cho hai cô ca, một phở bò và một suất cơm rang nhé.

① 이 식당에서 쌀국수가 가장 맛있다.
② A는 B에게 쌀국수를 추천했다.
③ A는 볶음밥을 먹고 코카콜라를 살 것이다.
④ B는 음료수로 코카콜라를 마실 것이다.
⑤ B는 이 식당에 온 적이 있다.

⑳ 대화로 보아 몇 시간 후에 Mai의 생일파티에 갑니까?

① 2 tiếng
② 2 tiếng 10 phút
③ 2 tiếng rưỡi
④ 3 tiếng
⑤ 3 tiếng 10 phút

㉑ 빈칸에 들어갈 말로 알맞은 것은?

① Bạn là người nước nào

② Bạn ở đâu

③ Bạn tên là gì

④ Bạn thích gì

⑤ Bạn đi bơi không

㉒ Ngọc Anh의 가족에 관한 글이다. 글의 내용과 일치하는 것은?

> Gia đình Ngọc Anh sống ở Hà Nội. Mẹ Ngọc Anh là nhân viên ngân hàng và bố em ấy cũng làm việc ở đó. Anh trai Ngọc Anh đang học đại học năm thứ hai. Năm nay Ngọc Anh sẽ tốt nghiệp phổ thông trung học và em ấy muốn học đại học ở Hàn Quốc.

① Ngọc Anh의 오빠는 유학 중이다.

② Ngọc Anh 아버지는 대학 교수이다.

③ Ngọc Anh도 앞으로 은행에 근무하고 싶다.

④ Ngọc Anh은 금년에 고등학교를 졸업할 것이다.

⑤ Ngọc Anh의 어머니는 아들의 유학을 원한다.

㉓ 빈칸에 들어갈 말로 알맞은 것을 보기에서 있는대로 고른 것은?

A: A lô tôi muốn đặt 2 phòng đôi vào ngày mai. Khách sạn còn phòng không chị?

B: Xin lỗi anh, phòng đôi thì không còn, còn phòng đơn thôi.

A: Thế thì ________.

<보기>

a. Cho tôi 2 phòng đôi
b. Tôi hỏi nơi khác vậy
c. phòng đơn đắt thế nhỉ
d. có 2 phòng đơn và một phòng đôi

① a ② b ③ c ④ d ⑤ ab

24-25. 대화를 읽고 물음에 답하시오.

A: Đến nơi rồi, (a) .

B: Đây là khách sạn **Camellia 1**. Tôi muốn đến khách sạn **Camellia 2 ở Hoàn Kiếm** mà.

A: Ôi tôi nghĩ là khách sạn **Camellia 1**. Không phải là Camellia **1** ở Hai Bà Trưng à?

B: Vâng, không phải khách sạn **Camellia 1** mà là **Camellia 2**, anh nghe nhầm đấy.

A: Ôi, xin lỗi! Thế thì chúng ta đi tiếp, chỉ 5 phút nữa là đến nơi. Khách sạn **Camellia 2** cũng gần đây thôi.

24 빈칸 (a)에 들어갈 말로 알맞은 것은?

① mời anh xuống

② anh xuống đất

③ anh lên đi

④ mời anh lên

⑤ tôi cũng đi

25 대화의 내용으로 알 수 없는 것은?

① Camellia 1는 Hai Ba Trung 거리에 있다.

② Camellia 2는 Hoan Kiem 거리에 있다.

③ B는 Camellia 2에 갈 수 없다.

④ Camellia 1과 Camellia 2는 별로 멀지 않다.

⑤ A는 Camellia 2에 가고 싶다.

26-27. 대화를 읽고 물음에 답하시오.

Lan: Cậu có thấy Long đâu không? Mình muốn mời cậu ấy đi xem phim tối nay.

Minh: Dạo này cậu ấy bận học thi. Mỗi ngày lên lớp 2 buổi. Ngoài ra còn học ở thư viện nữa.

Lan: Học (a) ngày như thế chắc cậu ấy sẽ đạt điểm cao lắm.

Minh: Có lẽ thế. Năm ngoái cậu ấy cũng đứng thứ nhất trong lớp.

26 빈칸 (a)에 들어갈 말로 알맞은 것은?

① mỗi ② cả ③ buổi ④ đầy ⑤ tròn

27 대화의 내용과 일치하는 것은?

① Lan은 좋은 점수를 받았다.

② Long은 일주일에 수업을 두 번 듣는다.

③ Minh은 Long과 함께 영화를 보고 싶다.

④ Long은 수업한 후에 도서관에 가서 공부한다.

⑤ Long은 바빠서 영화관람을 거절했다.

28 Thánh Gióng에 관한 대화이다. 대화의 내용으로 알 수 없는 것은?

A: Thưa thầy, hôm nay nghe thầy giảng lịch sử, em mới biết Thánh Gióng còn được gọi là Phù Đổng Thiên vương.

B: Ừ, Thánh Gióng là một trong bốn vị thánh bất tử của người Việt nam.

A: Thảo nào, em thấy ở Việt Nam có nhiều công ty, trường học, nhà hàng đặt tên là Phù Đổng.

a. Nhiều trường học có tên là Thánh Gióng.

b. Trong giờ lịch sử, giáo viên nói về Thánh Gióng.

c. Thánh Gióng còn có tên là Phù Đổng thiên vương.

d. Việt Nam có 4 vị thánh bất tử.

① a ② b ③ c ④ d ⑤ abcd

㉙ 대화의 내용으로 알 수 있는 것은?

> A: Ngày mai chị Thu mời mình đến nhà ăn cơm. Mình vui nhưng hơi lo vì chưa bao giờ ăn cơm với gia đình người Việt Nam.
>
> B: Người Việt Nam cũng ăn cơm bằng đũa như người Hàn Quốc, có gì khác đâu.
>
> A: Thế, trước khi ăn có phải mời không? Nói thế nào?
>
> B: À, có chứ, mời thể hiện sự quan tâm trân trọng đối với người khác. Vì thế cậu phải mời từ người lớn tuổi nhất. Nói là "cháu mời bác ăn cơm" hoặc "em mời anh/chị ăn cơm".

① Người Việt Nam ăn cơm bằng dĩa.

② Trước khi ăn người Việt nam phải mời.

③ Người lớn tuổi nhất sẽ mời trước.

④ Khi được mời ăn cơm phải mang quà.

⑤ Mời thể hiện sự lịch sự của chủ nhà.

㉚ Tết에 관한 글의 내용을 보아, 빈칸에 들어갈 말로 알맞은 것을 보기에서 고른 것은?

> Người Việt tin rằng vào ngày Tết mọi thứ đều phải mới, vì vậy ______ 10 ngày trước Tết họ thường làm mới nhà cửa. Họ cũng thường đi mua sắm quần áo mới để mặc trong dịp này.

<보기>

> a. khoảng　　b. độ　　c. khoảng đô　　d. độ khoảng

① a, b　　② a, c　　③ b, d　　④ c, d　　⑤ a, b, c, d

1 정답 및 해설

정답

1. ②	2. ①	3. ④	4. ③	5. ②
6. ①	7. ⑤	8. ③	9. ③	10. ⑤
11. ①	12. ③	13. ③	14. ②	15. ⑤
16. ⑤	17. ④	18. ③	19. ⑤	20. ②
21. ③	22. ④	23. ②	24. ①	25. ③
26 ②	27. ④	28. ①	29. ②	30. ⑤

해설

1 저울: cân, 숫자: số, 물고기: cá

순서대로 조합하여 만들 수 있는 낱말은 선택지의 ① 큰 아버지, ② 컵, ③ 개/강아지, ④ 오렌지, ⑤ 새우 중 ② cốc (컵) 이다.

2 그는 음악을 듣고 있다.

Ng와 ngh는 발음이 같다. 정답은 ① a (ngủ - 자다) 이다.

3

a. bên trài (왼쪽)	b. buổi sáng (아침)
c. phong khạch (거실)	d. sở thích (취미)

정확히 성조를 표기하면, a. bên trái, c. phòng khách임으로 정답은 ④ bd이다.

4

> 서울은 경주에서 ______ 250km.
> 그는 방금 5분전에 ______ 갔다.

① 새로 ② 곧 ③ cách ④ 가깝다 ⑤ 멀다

공간이나 시간의 간격을 표현할 때 cách을 쓴다. 정답은 ③ cách이다.

5

> Lan: 오빠 여기에 책을 ______ 읽어요?
> Nam: 나는 가끔 여기에서 책을 읽는다. 여기에는 책이 적고 별로 ______ 하지 않기 때문이야.
> Lan: 그러면 오빠 ______ 어디에서 책을 읽어요?
> Nam: 나는 하노이도서관에서 ______ 책을 읽는다.

① 자주/ 보통

② hay (자주/재미있다)

③ 아주

④ 약간

⑤ 항상

정답은 ② hay (자주/재미있다) 이다.

❻

Lan: 이 옷 예쁘다, 사지.

Mai: 응, 괜찮네, 그런데 나 돈이 ________ 하지 않다.

100.000동만 밖에 없어.

① đủ (충분하다) ② thiếu (부족하다) ③ ít (적다)

④ thích (좋아하다) ⑤ cần (필요하다)

정답은 ① đủ (충분하다) 이다.

❼

Lan: 무엇을 이용하여 출근하세요?

Nam: 집이 가까워서 ________

“나는 보통 자전거로 출근한다”라는 정확한 문장은 ⑤ thường đi làm bằng xe đạp 이다.

❽

a. 만약 비가 오면 우리는 더 이상 여행을 안 가겠다.

b . 내가 올 때 그 여자는 숙제하고 있었다.

c. 비록 높은 점수를 받았지만 그는 여전히 기쁘지 않다.

nếu - thì, khi - thì, dù - nhưng 용법, khi - nên가 틀려서 정답은 ③ ac이다.

❾

> Lan: 너의 취미는 쇼핑이 맞지?
>
> Mai: 응, 어떻게 너 알았지?
>
> Lan: 내가 보기에 너는 새로운 모자 혹은 안경, 신발, 옷 등이 많이 있어서.
>
> Mai: 응, 하지만 나는 모자와 핸드백을 가장 좋아해.

원인을 물어볼 때 '어떻게 알지/왜 알지'의 표현은 'Sao bạn biết'임으로 정답은 ③ c이다.

❿

A: 오늘 우리 무슨 영화를 볼까?

B: ______ 보자. Đông Đô 영화관에서 새롭고 재미있는 영화기 상영되고 있어. 미국의 액션영화는 phim hành động của Mỹ이다, 정답은 ⑤ phim hành động của Mỹ이다.

⓫ 서로 닮다/ 같다 표현

> A: 이것은 우리 여동생의 사진이다.
>
> B: 와, 너랑 아주 닮았구나.
>
> A: 응, 누구나 우리는 (a) 닮았다고 말한다 (b) .

(a)	(b)
① bảo (말하다)	nhau (서로)
② 말하다	하지마
③ 타이르다	그러면
④ 권하다	서루
⑤ 느끼다/보이다	못생기다

정답은 ① bảo nhau이다.

⓬

> Hồng: 내일은 4월 30일인데, 오빠 가족은 여행을 갈 거야?
>
> Quân: 그럼, 5월 5일까지 쉴 수 있어서 우리는 3일간 여행을 갈 거야.
>
> Hồng: 언제 가?
>
> Quân: 내일 아침 우리는 갈 거야.

정답은 ③ 2.5이다.

⓭

> A: 2개 침실이 있는 집을 임대하고 싶습니다.
>
> B: 이 집은 2개 침실이 있고 건설한지 2년이 됐는데, 보세요.
>
> A: 보기에 괜찮은데, 이 집은 임대료가 한 달에 얼마죠?
>
> B: 한 달에 3백만 동입니다. 전기세, 물세 미포함입니다.

① A는 3백 5십만 동 짜리 집을 임대하고 싶다.

② A는 건설한지 2년된 된 집에서 살고 있다.

③ A는 2개 침실이 있는 집에서 살고 싶다.

④ B는 A보다 2개 침실이 있는 집을 더 좋아한다.

⑤ B는 3백 5십만 동으로 집을 임차하고 싶다.

정답은 ③ A는 2개 침실이 있는 집에 살고 싶다이다.

⑭

A: 너 요즘 피곤해 보인다!

B: 저도 그렇게 느껴요. 아마 늦게 잠자리에 들어서.

A: ______, 그러면 건강에 안 좋아.

B: 예, 저도 그걸 알아요. 일찍 자도록 노력할 것입니다.

nên(권유)와 đâu(부정) 쓰임을 알아보는 문제이다.

정답은 '그러지 말아라'로 ② không nên đâu이다.

⑮

A: 언니, 이 과일은 무슨 과일이에요?

B: ______, 아주 맛있어요.

A: 달아요?

B: ______, 매우 달아요.

A: ______, 얼마죠?

B: 20, 000 동

<보기>

a. 저에게 하나 주세요.

b. 먹어봐요.

c. 파파야예요.

정답은 ⑤ c-b-a이다.

⑯

A: 저는 이틀 동안 이가 아팠습니다.
B: 자, ________.

<보기>

a- 나는 진찰하지 않습니다. b- 너 팔이 아프니?
c- 보자. d- 진찰해보자.

정답은 ⑤ cd이다.

⑰

A: 중앙 우체국은 어디에 있어요?
B: 이 Trang thi 거리를 따라가면 4거리가 보일 것입니다. 4거리에서 직진하면 호수가 보일 것입니다. 우체국은 환 끼엠 호수의 맞은 편에 있습니다.

① 사이에 ② 안에 ③ 위에 ④ 맞은편에 ⑤ 끝에
정답은 ④ đối diện이다.

⑱

A: 오늘 비가 온다고 들었다. 우산을 꼭 가져가거라.
B: ________

<보기>

a. 네, 오늘 비가 안 와요.	c. 가방 안에 우산이 있어요.
b. 네, 감사합니다.	d. 아니오, 저는 안 갔습니다.

당부할 때 'nhớ ~ nhé'의 표현이 쓰인다. 당부말씀을 들으면 '감사합니다'라는 답이 자연스럽다. 그래서 정답은 ③ bc이다.

⓳

A: 뭘 먹을래? 내가 보기에 이 집은 소고기 쌀국수가 가장 맛있어.
B: 그러면 난 소고기 쌀국수를 먹을래. 너도 소고기 쌀국수 먹을 거지?
A: 난 아침에 소고기 쌀국수를 먹었어. 난 볶음밥을 먹을래.
B: 그러면 음료수는, 코카콜라 마실래!
A: 그래, 코카콜라 마실래. 언니, 코카콜라 두 잔과 소고기 쌀국수 하나, 볶음밥 하나 주세요.

대화를 보아 알 수 없는 것은 정답은 ⑤ B는 이 식당에 간 적이 있다이다.

⓴ 대화 흐름 이해하기 (시간 표현)

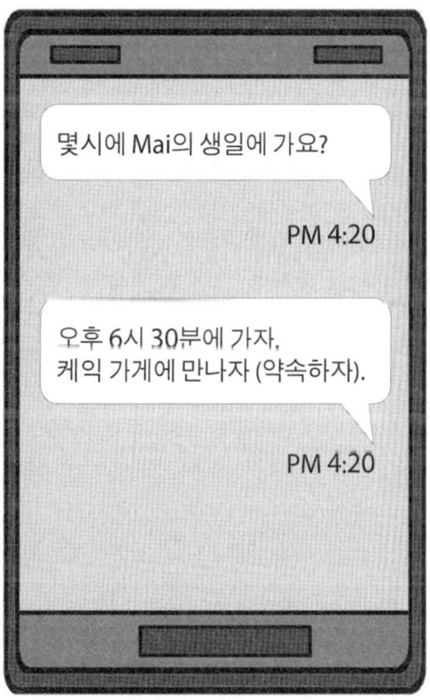

① 2시간
② 2시간 10분
③ 2시간 반
④ 3시간
⑤ 3시간 10분

정답은 ② 2시간 10 분이다.

21

A: 실례지만, ______________?
B: 내 이름은 Quan입니다. 만나서 반갑습니다.

① 어느 나라 사람입니까
② 어디서 살아요
③ 이름이 무엇입니까
④ 무엇을 좋아합니까
⑤ 수영 가세요

정답은 ③ 이름이 무엇입니까이다.

22

Ngọc Anh의 가족은 하 노이에 산다. Ngọc Anh의 어머니는 은행원이고, 아버지도 그 은행에서 근무한다. Ngọc Anh의 오빠는 대학교 2학년에 다니고 있다. 올해 Ngọc Anh은 고등학교를 졸업할 것이고 한국의 대학에서 공부하기를 원한다.

① Ngọc Anh의 오빠는 유학 중이다.
② Ngọc Anh 아버지는 대학 교수이다.
③ Ngọc Anh도 앞으로 은행에 근무하고 싶다.
④ Ngọc Anh은 올해 고등학교를 졸업할 것이다.
⑤ Ngọc Anh의 어머니는 아들의 유학을 원한다.

정답은 ④이다.

㉓

A: 여보세요, 내일 더블룸 두 개를 예약하고 싶습니다. 방이 있습니까?
B: 미안해요, 더블룸은 다 떨어졌어요. 싱글룸만 있어요.
A: 그러면 ____________

a. 나에게 더블룸 두 개를 주세요.
c. 싱글룸이 그렇게 비싸!
b. 다른 곳에 알아보겠습니다.
d. 더블룸 두 개와 싱글룸 하나가 있다.

① a ② b ③ c ④ d ⑤ ab

대화상 정답은 ② b이다.

㉔ 빈칸 (a)에 들어갈 말로 알맞은 것은?

A: 도착했습니다. (a) .
B: 여기는 Camellia 1 호텔인데. 나는 환 끼엠에 있는 Camellia 2 호텔에 가고 싶은데요.
A: 저는 Camellia 1 호텔인 줄 알았습니다. 하이 바쯩의 Camellia 1 호텔이 아니에요?
A: 네, Camellia 1 호텔이 아니라 Camellia 2 호텔입니다. 아저씨가 잘못 들었어요.
B: 미안힙니다. 그리면 우리 계속 기죠, 5분만 더 가면 도차합니다. Camellia 2 호넬노 여기에서 밀지 않아요.

① 내리세요 ② 땅에 내리세요 ③ 올라오세요 ④ 올라오세요 ⑤ 나도 가요

대화의 내용으로 봐 정답은 ① 내리세요이다

㉕ 대화의 내용으로 알 수 없는 것은?

① Camellia 1는 Hai Ba Trung 거리에 있다.

② Camellia 2는 Hoan Kiem 거리에 있다.

③ B는 Camellia 2에 갈 수 없다.

④ Camellia 1과 Camellia 2는 별로 멀지 않다.

⑤ A는 Camellia 2에 가고 싶다.

정답은 ③ B는 Camellia 2에 갈 수 없다이다.

㉖ 빈칸 (a), (b)에 들어갈 말로 알맞은 것은?

Lan: Long이 어디에 있는지 아니? Long을 영화 보자고 초대하고 싶은데.
Minh: 요즘 그 친구 시험 공부한다고 바빠. 하루에 두 번 수업을 들어. 그 외에 도서관에서도 공부해.
Lan: (a) 하루 종일 그렇게 공부하면 높은 점수를 받을 수 있겠다.
Minh: 아마 그럴 거야. 작년에도 Long은 우리 반에 1등이었어.

① mỗi 매

② cả 종일(모두)

③ buổi (번)

④ đầy 가득

⑤ tròn 둥근

정답은 하루 종일의 의미를 갖는 ② cả이다.

㉗ 대화의 내용과 일치하는 것은?

① Lan은 좋은 점수를 받았다.

② Long은 일주일에 수업을 2번 듣는다.

③ Minh은 Long과 함께 영화를 보고 싶다.

④ Long은 수업한 후에 도서관에서 공부한다.

⑤ Long은 바쁘기 때문에 영화관람을 거절했다.

정답은 ④ Long은 수업한 후에 도서관에 공부한다이다.

㉘ Thanh Giong에 관한 대화 이다. 대화의 내용으로 알 수 없는 것은?

> A: 선생님, 오늘 저는 선생님의 역사 강의를 들었는데, Phung Dong Thien왕이라는 Thanh Gong을 알았습니다.
>
> B: 그래, Thanh Giong은 베트남인의 사불신 중의 하나이다.
>
> A: 그 때문에 Phu Dong이란 이름을 지은 회사와 학교 그리고 식당들이 많군요.

> a. 많은 학교가 Thanh Giong이란 이름을 갖고 있다.
>
> b. 역사 수업에서 선생님이 Thanh Giong에 대하여 말씀하셨다.
>
> c. Thanh Giong은 Phu Dong thien왕이란 이름을 가졌다.
>
> d. 베트남은 사불신이 있다.

① a ② b ③ c ④ d ⑤ a, b, c, d

Phu Dong이란 이름을 갖는 학교가 많기 때문에 정답은 ① a이다.

㉙ 대화의 내용으로 알 수 있는 것은?

A: 내일 Thu가 자기의 집에서 식사하자고 나를 초대했어. 좋긴 한데, 베트남인의 가정에서 식사를 해본 적이 없어서 걱정이야.

B: 베트남인도 한국인처럼 젓가락으로 밥을 먹지, 다른 게 없어.

A: 그래, 먹기 전에 권하느냐? 어떻게 말하지?

B: 당연하지, 권유는 타인에 대한 진중한 관심을 나타낸다. 그 때문에 너는 가장 나이 먹은 분에게 "식사하세요"라고 권유해야 해.

① 베트남인은 포크로 식사를 한다.

② 식사를 하기 전에 베트남인은 권유를 해야 한다.

③ 가장 나이 먹은 분이 먼저 권유한다.

④ 식사 초대를 받았을 때 선물을 가져가야 한다.

⑤ 권유는 주인의 친절을 나타낸다.

정답은 ② 식사를 하기 전에 베트남인은 권유를 해야 한다이다.

㉚ Tet에 관한 글의 내용을 보아 빈칸에 들어갈 말로 알맞은 것을 보기에서 고른 것은?

베트남인은 설은 모든 것이 새로워진다고 믿는다. 그 때문에 설 10일전에 사람들은 집을 새롭게 한다. 사람들은 이 날에 입을 새 옷을 사러 간다.

<보기>

a. 대략　　b. 대략　　c. 대략　　d. 대략

① a, b　　② a, c　　③ b, d　　④ c, d　　⑤ a, b, c, d

보기가 다 맞기 때문에 정답은 ⑤ a, b, c, d이다.

2 문제은행 30문항

❶ 그림에 들어갈 글자를 차례대로 조합하였을 때 만들어지는 단어를 찾으시오.

□ây

b□

□ắt

① cái　② bàn　③ cam　④ dài　⑤ gái

❷ 밑줄 친 부분의 발음이 서로 다른 것끼리 짝지어진 것을 찾으시오.

① gà - ghi　② tớ - thế　③ da - giấy　④ cai - kia　⑤ ngày - nghỉ

❸ <보기>에서 성조가 바르지 않은 것을 고르시오.

<보기>

a. điên thoại　b. nguy hiểm　c. nhạy cam　d. nhập khẩu

① a, b　② a, c　③ b, c　④ b, d　⑤ c, d

❹ 빈칸 (a), (b)에 들어갈 말을 찾으시오.

> Anh ơi (a) ti vi giúp em ạ.
> Siêu thị gần nhà mình (b) cửa lâu rồi anh ạ.

	(a)	(b)
①	mở	đóng
②	trong	ngoài
③	tốt	xấu
④	xem	nhìn
⑤	không	đúng

❺ 빈칸 (a), (b)에 들어갈 말을 찾으시오.

> Em ấy hay (a) giầy thể thao.
> Anh ấy luôn luôn (b) kính.

	(a)	(b)
①	đi	đeo
②	giống	khác
③	mở	mặc
④	khóc	cười
⑤	trên	dưới

❻ 어법에 맞는 문장은?

① Chị là người Hàn Quốc.

② Em này cao nhất hơn chị.

③ Cô ấy nói tiếng Việt giỏi rất.

④ Em sẽ mua một quả xe máy.

⑤ Anh đã đi Việt Nam bao giờ không?

❼ 빈칸 (a), (b)에 들어갈 말을 찾으시오.

A: Anh đang làm gì đấy? Anh đang nghe gì trong khi học?
B: Anh đang nghe nhạc. Anh thích (a) nghe nhạc (b) học mà.

	(a)	(b)
①	ra	vào
②	vì	nên
③	vừa	vừa
④	không những	mà còn
⑤	nếu	thì

❽ 어법에 맞지 않는 문장을 찾으시오.

① Chị ấy là luật sư à?
② Chị ấy là luật sư không?
③ Chị ấy là luật sư phải không?
④ Có phải chị ấy là luật sư không?
⑤ Chị ấy có phải là luật sư không?

❾ 빈칸에 들어갈 말로 알맞은 것은?

Hôm qua em mua ______ ở hiệu sách ABC.

① Việt Nam văn hóa sách hai cuốn
② văn hóa Việt Nam sách cuốn hai
③ hai sách văn hóa cuốn Việt Nam
④ hai cuốn sách văn hóa Việt Nam
⑤ cuốn văn hóa Việt Nam hai sách

❿ <보기>의 단어들을 모두 사용하여 문장을 완성할 때, 빈칸 (d)에 들어가야 할 단어를 찾으시오.

| (a) | (b) | học sinh | (c) | đây | (d) | là học sinh | (e) | .

<보기>

tất cả　　ở　　các　　giỏi　　đều

① ở　　② các　　③ đều　　④ giỏi　　⑤ tất cả

⓫ 대화의 내용에서 알 수 있는 정보와 부합하는 것을 <보기>에서 고르시오.

A: Sở thích của em là gì?
B: Sở thích của em là xem phim ạ.
A: Vậy à! Chị cũng thích xem phim.
B: Chị thích xem phim gì?
A: Chị thường xem phim hành động.

<보기>

a. A는 여자이다.
b. B는 남자이다.
c. B의 취미는 영화를 보는 것이다.
d. A와 B는 같이 영화를 보러 갈 것이다.

① a, b　　② a, d　　③ a, c　　④ b, d　　⑤ c, d

⑫ 지문에서 얻을 수 없는 나에 대한 정보는?

Tôi tên là Nam. Quê của tôi là Hải Phòng. Tôi là học sinh lớp 12. Sau này tôi muốn làm giáo viên Toán. Gia đình tôi có 4 người: bố, mẹ, em gái và tôi. Tôi và em gái tôi không ở cùng với bố mẹ vì hai anh em đang học ở Hà Nội.

① 고향 ② 학년 ③ 가족 수 ④ 부모의 직업 ⑤ 공부하는 지역

⑬ 빈칸에 들어갈 말로 알맞은 것을 <보기>에서 고르시오.

A: ______ anh, Bây giờ là mấy giờ à?
B: Bây giờ là 3 giờ 20 anh ạ.

<보기>

a. Xin lỗi b. Không có ở nhà c. Không muốn hỏi

① a ② b ③ c ④ a, c ⑤ a, b, c

⑭ 빈칸에 들어갈 말로 알맞은 것을 고르시오.

A: Em hiểu ý thầy không?
B: ______. Em hiểu rõ ạ.

① Dạ vâng ạ.
② Dạ ăn rồi ạ.
③ Em rất giỏi.
④ Chị hỏi đi ạ.
⑤ Không hiểu ạ.

⑮ 하루 일과를 시간의 순서대로 배열한 것은?

a. Tôi thường dậy lúc sáu giờ sáng.
b. Vào khoảng 8 giờ, tôi bắt đầu đi học.
c. Tôi thường về nhà vào khoảng 4 giờ chiều.
d. Sau khi thức dậy tôi rửa mặt và chuẩn bị đi ăn sáng.
e. Ăn tối ở nhà khoảng 8 giờ sau khi học xong tiếng Anh ở trung tâm ngoại ngữ.

① a - b - c - d - e
② a - c - b - e - d
③ a - d - b - c - e
④ b - a - c - d - e
⑤ b - c - d - e - a

⑯ 빈칸에 들어갈 말을 문맥에 맞게 순서대로 배열하시오.

A: Nhà hàng 123 xin nghe!
B: Chào em. Anh muốn đặt bàn.
A: ______
B: Ngày mai. Ngày mai có chỗ không?
A: ______
B: 12 giờ trưa em ạ.
A: ______
B: 4 người.

<보기>

> a. Trưa hay tối anh?
>
> b. Còn chỗ ạ. Mấy người đến hả anh?
>
> c. Anh muốn đặt bàn vào ngày nào ạ?

① a — b — c

② a — c — b

③ b — a — c

④ b — c — a

⑤ c — b — a

17 빈칸에 들어갈 말로 알맞은 것은?

> A: Trong người thế nào cháu?
>
> B: Cháu đau đầu và ho từ hôm qua bác sĩ ạ.
>
> A: ______________ ?
>
> B: Có ạ. Cháu bị từ sáng hôm nay ạ.
>
> A: Để tôi xem nhé.

① Có bị sốt không

② Đã đi học chưa

③ Có khỏe không

④ Món này có ngon không

⑤ Mua cái này được lâu chưa

⑱ 빈칸에 들어갈 말로 알맞은 것은?

A: Cô ơi cho cháu hỏi đường từ đây đi đường Nguyễn Huệ có xa không ạ?

B: Cháu định đi bằng gì?

A: Cháu định đi bộ ạ.

B: ______________. Nếu đi bộ thì mất khoảng 30 phút đấy!

① Cháu đi học đi

② Học tiếng Việt quá hay

③ Cô không biết lái xe máy

④ Không thể đi bộ được đâu, xa lắm

⑤ Hôm qua cháu bị mất máy điện thoại

⑲ 빈칸에 들어갈 말을 문맥에 맞게 순서대로 배열하시오.

A: Tuần sau, cả gia đình em đi du lịch Huế.

B: ______________

A: Em chưa quyết định. Theo chị nên đi bằng gì?

B: Đi xe lửa rẻ hơn nhưng mất nhiều thời gian lắm. ______________

A: ______________

<보기>

a. Vậy, chiều em đặt vé luôn.

b. Theo chị đi máy bay là tốt nhất!

c. Chắc em thích quá nhỉ! Định đi bằng gì?

① a — b — c

② a — c — b

③ b — a — c

④ b — c — a

⑤ c — b — a

⓴ 빈칸에 들어갈 말을 찾으시오.

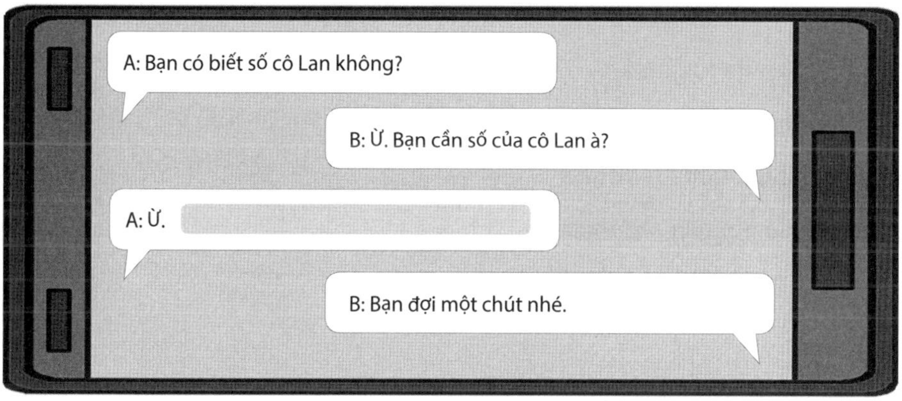

① Mình thích chơi đá bóng.

② Bạn ấy hay đi mua sắm đồ.

③ Cho mình biết được không?

④ Mình mua áo này lâu rồi mà!

⑤ Cô ấy không muốn đi ăn cơm à?

21 빈칸에 들어갈 말을 찾으시오.

A: Nhà này cho thuê một tháng 5 triệu phải không ạ?

B: Dạ, phải, nhưng chưa kể tiền điện, tiền nước.

A: Vậy, ____________________?

A: Tùy chị.

B: Cuối tháng này được không ạ.

A: Được ạ.

① chị có hiểu không ạ

② chị định mua nhà không

③ bao nhiêu tiền thì được à

④ bao giờ em đến ở được à

⑤ ngày mai sẽ trả phòng phải không

22 채용 공고로부터 알 수 없는 정보를 고르시오.

Công ty du lịch SG

Thông báo tuyển nhân viên

Ngành nghề: nhân viên văn phòng

Địa điểm làm việc: Hạ Long

Lương: 4.500.000 đồng / tháng

Thời gian làm việc: 8:00~17:00

Địa chỉ liên hệ:

25 Hai Bà Trưng, Hà Nội

Điện thoại liên hệ: 0438765432

① 월급 ② 근무지 ③ 회사명 ④ 담당 연락처 ⑤ 서류 접수 시간

23 글의 내용으로 추측할 수 있는 내일의 날씨는?

> A: Bây giờ, Hà Nội đang mưa to phải không?
>
> B: Phải, nhưng TV nói từ ngày mai sẽ nắng chị ạ.
>
> A: Thế à? Vậy chắc hôm nay trời không nóng lắm phải không?
>
> B: Không. Nóng hơn hôm qua!

①

②

③

④

⑤

24 빈칸에 들어갈 수 있는 가장 적합한 말을 찾으시오.

> A: Đây là cái nón anh mua ở Việt Nam cho em đây!
>
> B: Thế ạ! ______ !

① Có gì đâu

② Không sao

③ Không có gì

④ Không mua gì hết

⑤ Cảm ơn anh nhiều

㉕ 빈칸에 들어갈 말로 알맞은 것은?

> A: Ở đây có sách lịch sử Hàn Quốc không?
> B: Anh đợi một chút. Lịch sử Hàn Quốc đây ạ.
> A: ________ ?
> B: 100.000 đồng ạ.

① Chị hỏi gì
② Chị tên là gì
③ Giá bao nhiêu
④ Bưu điện thành phố ở đâu
⑤ Sống ở đây được lâu chưa

㉖ 빈칸에 들어갈 말로 알맞은 것을 <보기>에서 찾아 쓰시오.

> A: Em chào thầy ạ. Thầy có khỏe không ạ?
> B: Ừ. Cảm ơn em. Thầy bình thường, ________?
> A: Cảm ơn thầy! Em cũng bình thường ạ.

<보기>

a. còn em	b. còn em thế nào
c. còn muốn đi đâu nữa không	d. còn phải học không

① a, b ② a, d ③ b, c ④ b, d ⑤ c, d

㉗ 글의 내용에서 얻을 수 있는 정보를 <보기>에서 고르시오.

A: Ở Việt Nam khi cần gọi xe cấp cứu thì gọi số gì?

B: Số 115. Phía Hàn Quốc thì sao?

A: Số 119 bạn ạ. Còn 114 là gì?

B: Khi gặp hỏa hoạn thì gọi số 114.

A: À, giống như 119 ở Hàn Quốc nhỉ!

B: Ngoài những số đó ra còn có số 113 để gọi cảnh sát nữa bạn ạ.

<보기>

a. 베트남에서 화제가 발생했을 때 119 또는 114에 전화를 해야 한다.

b. 구급차를 부를 때에는 115로 전화를 해야 한다.

c. 경찰을 부르려면 113으로 전화를 해야 한다.

① a ② b ③ c ④ b, c ⑤ a, b, c

㉘ 지문의 내용으로 알 수 있는 것을 고르시오.

Lãnh thổ Việt Nam có hình giống chữ S với khoảng cách từ bắc xuống nam dài khoảng 1.650 km. Vì thế, khí hậu miền Bắc và miền Nam Việt Nam rất khác nhau. Miền Nam chỉ có hai mùa: mùa mưa, mùa khô. Khí hậu trong này nóng cả năm. Trong khi đó, miền Bắc có bốn mùa: mùa xuân, mùa hè, mùa thu, mùa đông. Mùa xuân trời ấm. Mùa hè trời rất nóng và nhiều mưa. Mùa thu trời mát và mùa đông trời lạnh.

① Miền Bắc có bốn mùa.
② Khí hậu miền Nam nóng cả năm.
③ Mùa hè ở miền Bắc không nóng lắm.
④ Mùa đông ở miền Nam không lạnh bằng miền Bắc.
⑤ Khi hậu hai miền Bắc và Nam nhiều điểm giống nhau.

㉙ 글의 내용으로 알 수 있는 것을 <보기>에서 찾으시오.

Trung thu là một trong những ngày tết cổ truyền ở Việt Nam. Vào đêm Trung thu, người Việt Nam thường chuẩn bị nhiều thức ăn ngon như bánh Trung thu, rượu, hoa quả ... Khác với Hàn Quốc, Trung thu ở Việt Nam được xem như một ngày tết dành cho trẻ em. Trẻ em rất thích ngày tết này vì sẽ được tặng nhiều món quà như đồ chời, bánh kẹo ...

<보기>

a. Trung thu là một ngày tết cổ truyền cho trẻ em và người lớn.
b. Trẻ em rất thích tết này vì sẽ được nhiều bánh kẹo và đồ chơi.
c. Vào tết Trung thu, người Việt Nam thường đến nhà bạn để chúc tết.
d. Người Việt Nam thường chuẩn bị bánh Trung thu, rượu, hoa quả vào tết này.

① a, b ② a, d ③ b, c ④ b, d ⑤ c, d

30 글의 내용이 가리키는 인물을 찾으시오.

· Đây cũng là tên của một thành phố ở Việt Nam.
· Phần lớn các tờ tiền Việt Nam đều có hình của người này.
· Đây là một *danh nhân đóng góp rất lớn trong việc xây dựng nước Việt Nam.

① Nguyễn Trãi
② Phạm Văn Đồng
③ Hồ Chí Minh
④ Võ Nguyễn Giáp
⑤ Lê Đức Thọ

2 정답 및 해설

정답

1. ③	2. ②	3. ②	4. ①	5. ①
6. ①	7. ④	8. ②	9. ④	10. ③
11. ③	12. ④	13. ①	14. ①	15. ③
16. ②	17. ①	18. ④	19. ⑤	20. ③
21. ④	22. ⑤	23. ④	24. ⑤	25. ③
26. ①	27. ④	28. ①	29. ④	30. ③

해설

1 □에 들어갈 말을 순서대로 나열하면 각각 c, a, m이 되므로 정답은 ③ cam (오렌지)이 된다.

2 t는 /ㄸ/, th/ㅌ/에 해당하는 음가를 가지므로 서로 다르게 발음된다.

3 a. điện thoại, b. nhạy cảm 으로 성조 표시가 되어야 한다.

4 mở는 '문 등을 열다'라는 의미 외에도 'TV, 에어컨 등 기계류를 작동시키다/켜다'라는 의미도 있다. đóng은 '문을 닫다'라는 의미 외에도 '일, 사업 등이 끝이 나다, 파산하다'라는 의미도 있다.

> TV 좀 켜 주세요.
> 집 근처의 슈퍼는 문을 닫은 지 오래됐어요.

	(a)	(b)
①	열다/켜다	닫다/파산하다
②	안	밖
③	좋은	흉한, 나쁜
④	울다	웃다
⑤	~아니/틀린	올바른

5 착탈과 관련된 동사 đi는 신발, 양말 등과, đeo는 안경, 반지 등과 결합하여 사용된다.

> 그 애는 스포츠화를 즐겨 신는다.
> 그 형/오빠는 항상 안경을 낀다.

	(a)	(b)
①	가다/신다	끼다
②	비슷한	다른
③	열다	입다
④	보다	보다
⑤	위	아래

6 어법에 맞는 문장은 ① Chị là người Hàn Quốc. 밖에 없다. 선택지 ② Em này cao nhất hơn chị에서 최상급 비교를 나타내는 nhất을 없애야 맞는 문장이 되며, ③ Cô ấy nói tiếng Việt giỏi rất. 의 경우 'rất'은 형용사 앞에서 매우 라는 의미로 사용되므로 rất giỏi로 어순을 바꾸어야 한다. 선택시 ④ Em sẽ mua một quả xe máy.에 사용된 quả는 과일 또는 둥근 명사 앞에 사용되는 종별사로 xe máy (오토바이)에 맞는 종별사는 'cái' 또는 'chiếc'이 와야 한다. 마지막 ⑤ Anh đã đi Việt Nam bao giờ không?의 경우 경험을 물을 때 사용하는 상관 어구를 알고 있는지를 물은 문항으로 đã + 동사 bao giờ chưa?와 같이 không 이 아닌 chưa로 끝이 나야 한다.

❼ vừa A vừa B (A하면서 B도 하다) 라는 상관 어구를 이해하고 있는 지를 묻고 있는 문항이다.

> A: 오빠/형, 무엇을 하고 계세요? 공부할 때 뭘 들으세요?
> B: 나는 음악을 듣고 있어. 형/오빠는 음악을 들으면서 공부하는 것을 좋아해.

	(a)	(b)
①	나가다	들어오다
②	~때문에	그래서
③	~하면서	~하다
④	~일뿐만 아니라	~도
⑤	만일	~면

❽ là 가 사용된 문장의 의문문이 어떻게 이루어지는지를 묻고 있는 문항이다. là 가 사용된 문장의 의문문은 선택지 ②와 같이 문장의 끝에 không 을 붙여 의문문을 만들 수 없고 ① Chị ấy là luật sư à?, ③ Chị ấy là luật sư, phải không?, ④ Có phải chị ấy là luật sư không?, ⑤ Chị ấy có phải là luật sư không?과 같은 형태로 의문문을 만들 수 있다.

❾ 수사 + 종별사 + 명사 + 수식어의 어순을 정확히 이해하고 있는지를 물은 문항으로 정답은 ④ hai cuốn sách văn hóa Việt Nam가 된다.

> Hôm qua em mua ________ ở hiệu sách ABC.
> 어제 나는 ABC서점에서 두 권의 베트남어 문화 책을 샀다.

10 tất cả các + 명사(구) + đều + là + 보어의 형태로 사용되어 '모든(전체는) ~ 모두 ~이다'라는 의미를 나타낸다.

> Tất cả các học sinh ở đây đều là học sinh giỏi.
> (a) (b) (c) (d) (e)
>
> 여기에 있는 학생들 모두는 공부를 잘하는 학생이다.

① ở (~에 있다) ② các (~들) ③ đều (모두) ④ giỏi (잘하는) ⑤ tất cả (모두)

11 지문의 내용에 부합하는 정보는 a, c 로 정답은 ③이 된다.

> A: 네 취미는 뭐니?
> B: 제 취미는 영화를 보는 것 이예요.
> A: 그래! 언니/누나도 영화를 보는 것을 좋아해.
> B: 언니/누나는 어떤 영화를 보는 것을 좋아하세요?
> A: 언니/누나는 보통 액션 영화를 봐.

12 지문에서 얻을 수 없는 정보는 ④ 부모의 직업이다.

> 나의 이름은 남이다. 나의 고향은 하이 퐁이다. 나는 12학년(고등학교 3학년)이다. 장래에 나는 수학 선생님이 되고 싶다. 우리 가족은 아버지, 어머니, 여동생과 나 이렇게 4명이다. 나와 여동생은 하노이에서 공부하고 있기 때문에 부모님과 살고 있지 않다.

⑬ 문맥의 흐름에 맞는 말은 a. 실례합니다 밖에 없으므로 정답은 ①이 된다.

A: ______________, 지금 몇 시죠?

B: 지금 3시 20분 이에요.

⑭ 빈칸에 들어갈 말로 알맞은 것을 고르시오. ①네 가 답이다.

A: 선생님의 뜻을 이해하겠니?

B: ______________. 분명하게 이해했어요.

① 네

② 네 먹었어요

③ 저는 정말 잘해요

④ 언니/누나에게 물어보세요

⑤ 이해하지 못했어요

⑮ 하루 일과의 시간의 순서대로 배열한 것은 선택지 ③ a - d - b - c - e가 된다.

a. 나는 보통 아침 6시에 일어난다.

b. 아침 8시 정도에 학교로 간다.

c. 보통 오후 4시에 집에 온다.

d. 일어난 후 세수를 하고 아침 먹을 준비를 한다.

e. 외국어 학원에서 영어 공부가 끝나고 난 후 8시 정도에 집에서 저녁을 먹는다.

⑯ 문맥의 흐름상 들어갈 말의 순서는 ② a – c – b 의 순이 가장 자연스럽다.

A: 123 레스토랑 전화 받았습니다.
B: 안녕하세요. 예약을 하고 싶은데요.
A: ______
B: 내일이요. 내일 자리가 있나요?
A: ______
B: 낮 12시에요.
A: ______
B: 네 사람 이에요.

<보기>

a. 점심인가요, 저녁인가요?
b. 자리 있어요. 몇 사람께서 오시는데요?
c. 며칠로 예약을 하고 싶으십니까?

⑰ 빈칸에 들어갈 말로 알맞은 것은?

A: 몸은 좀 어떠니, 얘야?
B: 어제부터 머리가 아프고 기침이 나요, 의사 선생님.
A: ______?
B: 네. 오늘 아침부터 열이 나요.
A: 한 번 보자꾸나.

① 열이 나니
② 공부하러 갔었니
③ 건강하니
④ 이 음식은 맛있니
⑤ 이것을 산 지 오래되었니

⑱ 빈칸에 들어갈 말로 알맞은 것은? 정답은 ④이다.

> A: 길 좀 묻겠습니다. 여기에서 응웬 후에 거리까지 먼 가요?
> B: 너는 무엇을 타고 가려고 하니?
> A: 걸어서 가려고요.
> B: ______. 걸어서 가면 30분 정도 걸려!

① 공부하러 가렴
② 베트남어 공부는 정말 재미있어
③ 나는 오토바이를 운전할 줄 몰라
④ 걸어 갈 수 없을 거야, 정말 멀어
⑤ 어제 전화기를 잃어 버렸어요

⑲ 문맥의 흐름에 맞는 순서는 ⑤ c — b — a 가 된다.

> A: 다음주에 우리 가족 모두가 후에로 여행을 갈 예정이에요.
> B: ______
> A: 저는 아직 결정하지 못했어요. 언니/누나 생각으로는 뭘 타고 가는 것이 좋을까요?
> B: 기차로 가면 저렴하긴 한데 시간이 많이 걸려. ______
> A: ______

<보기>

> a. 그러면 오후에 바로 비행기표를 예약해야겠어요.
> b. 언니/누나 생각으로는 비행기가 가장 좋을 것 같아!
> c. 너 정말 좋겠구나! 뭘 타고 갈 예정이니?

⓴ 빈칸에 들어갈 말로 알맞은 표현은 ③이다. 지문에 제시된 số는 số điện thoại의 약자임에 주의해야 한다.

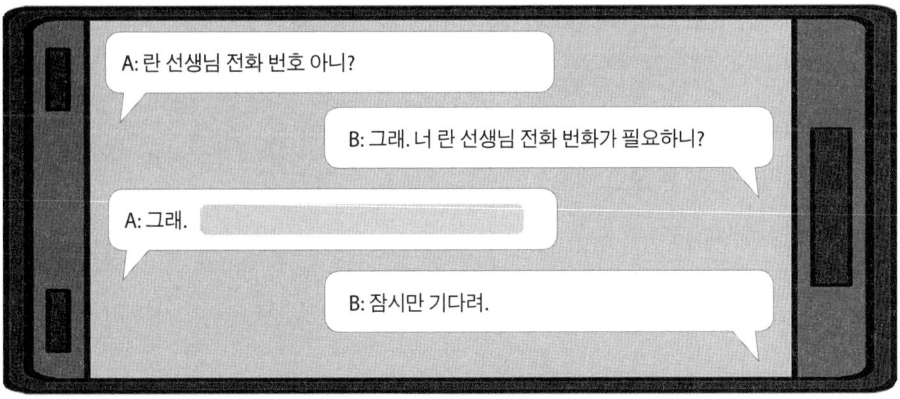

① 나는 축구를 좋아해.

② 그 친구는 자주 쇼핑을 가.

③ 나에게 가르쳐 줄 수 있니?

④ 나는 이 옷을 산 지 오래되었어!

⑤ 그 언니/누나는 밥을 먹으러 가고 싶지 않아하니?

㉑ 문맥의 흐름으로 보아 가장 자연스러운 말은 ④ 언제 이사 올 수 있을까요 가 된다.

A: 이 집은 월세 5백만동이 맞죠?
B: 네, 맞아요. 그런데 물세, 전기세는 별도로 계산을 해요.
A: 그러면, ______.
A: 편하실 때로 하세요.
B: 이 달 말은 괜찮으세요?
A: 괜찮아요.

① 언니/누나는 이해를 했어요
② 언니/누나는 집을 사려고 하나요
③ 얼마면 될까요
④ 언제 이사 올 수 있을까요
⑤ 내일 체크 아웃 하실 거죠, 맞죠

㉒ 제시된 정보에서 알 수 없는 정보는 ⑤ 서류 접수 시간이다.

SG 여행사
직원 채용 공고
직종: 사무실 직원
근무지: 하롱
월급: 4,500,000 동 / 월
근무 시간: 8:00~17:00
연락처 주소: 하노이 하이바쯩 25번지
연락처: 0438765432

23 글의 내용으로 알 수 있는 내일의 날씨는? 정답은 ④이다.

> A: 지금 하노이는 비가 많이 내리고 있지, 그렇지?
> B: 맞아. 그런데 TV에서 내일은 화창할 거래.
> A: 그래? 그러면 아마 오늘 날씨는 별로 덥지 않겠네, 맞지?
> B: 아니. 어제보다 더 더워!

①

②

③

④

⑤

24 빈칸에 들어갈 가장 자연스러운 표현은 ⑤ Cảm ơn anh nhiều (고마워요) 이다.

> A: 이건 너를 위해 베트남에서 구입한 논이야!
> B: 그래요! ______ !

① 뭘요

② 괜찮아요(미안합니다에 대한 대답)

③ 천만에요

④ 아무것도 안 샀어요

⑤ 고마워요

㉕ 빈칸에 들어갈 말로 가장 자연스러운 표현은 ③ Giá bao nhiêu (가격은 얼마에요)가 된다.

A: 여기 한국사 책이 있나요?
B: 잠시만 기다리세요. 여기 한국사 책입니다.
A: ____________?
B: 100,000 동이에요.

① 누나/언니는 무엇을 물었나요
② 누나/언니 이름은 무엇인가요
③ 가격이 얼마죠
④ 시 우체국은 어디에 있지요
⑤ 여기 사신지 오래되셨나요

㉖ 빈칸에 들어갈 수 있는 가장 자연스러운 말은 ① a, b 이다.

※ bình thường이라는 말은 정상이라는 말로, 문장에 따라 적당한 의미로 이해를 해야하는데 제시된 지문에서는 건강해로 해석하는 것이 자연스럽다.

A: 선생님 안녕하세요. 선생님 건강하시죠?
B: 그래. 고마워. 선생님은 건강해, ____________?
A: 고마워요. 저도 건강해요.

27 글의 내용에서 얻을 수 있는 정보는 ④다.

A: 베트남에서 구급차를 부를 때 몇 번으로 전화해야 하니?
B: 115야. 한국에서는 어떠니?
A: 119야. 그러면 114는 무슨 번호니?
B: 화재 발생시에 114로 전화를 해야 해.
A: 아 한국의 119와 같은 역할을 하는 번호 구나.
B: 그런 번호들 이외에도 경찰을 부르는 113과 같은 번호가 있어.

<보기>

a. 베트남에서 화재가 발생했을 때 119 또는 114에 전화를 해야 한다.
b. 구급차를 부를 때에는 115로 전화를 해야 한다.
c. 경찰을 부르려면 113으로 전화를 해야 한다.

① a ② b ③ c ④ b, c ⑤ a, b, c

28 지문의 내용으로 알 수 있는 것을 고르시오. 정답은 ①이다.

베트남 영토는 S자 모양을 하고 있고 북에서 남까지의 거리는 1,650km 정도 된다. 그 때문에 북부와 남부 베트남의 기후는 서로 많이 다르다. 남부지방은 우기와 건기 두 계절 밖에 없다. 이에 반해 북부는 봄, 여름, 가을, 겨울의 사계절이 있다. 봄은 포근하고 여름은 무덥고 비가 많이 온다. 가을은 시원하고 겨울은 춥다.

① 북부는 사계절이 있다.
② 남부는 연중 무덥다.
③ 북부의 여름은 덥지 않다.
④ 남부의 겨울은 북부보다 춥지 않다.
⑤ 북부와 남부 두 지역의 기후는 비슷한 점이 많다.

㉙ 글의 내용으로 알 수 있는 정보는 ④ b, d 이다.

> 추석은 베트남의 오랜 명절 중에 하나 이다. 추석날 밤에 보통 베트남 사람들은 월병, 술, 과일과 같은 많은 음식을 준비한다. 한국과 달리 베트남의 추석은 어린이 명절로 여겨진다. 어린이들은 이 명절은 매우 좋아하는데 장난감, 과자와 같은 많은 선물을 받을 수 있기 때문이다.

<보기>

> a. 추석은 어린이와 어른들을 위한 전통 명절이다.
> b. 장난감과 과자를 받기 때문에 어린이들은 이 명절을 좋아한다.
> c. 추석 명절에 베트남 사람들은 보통 친구 집을 방문하여 축하를 한다.
> d. 베트남 사람들은 보통 이 명절날에 월병, 술, 과일들을 준비한다.

㉚ 제시된 정보로 알 수 있는 인물은 호찌밍 주석이다. 정답은 ③이다.

> · 이 인물의 이름은 베트남의 도시의 이름이기도 하다.
> · 대부분의 베트남 지폐에는 모두 이 사람의 모습이 있다.
> · 이 인물은 베트남의 독립에 큰 기여를 한 위인이다.

① 응우옌 짜이
② 팜반동
③ 호찌밍
④ 보응웬잡
⑤ 레득토

3 문제은행 30문항

❶ <보기>에서 단어가 성립되지 않는 것을 고르시오.

a. ngèo b. ghi c. thuyết d. nhau e. xanh

① a ② b ③ c ④ d ⑤ e

❷ ㅁ에 공통으로 들어갈 글자는?

☐áo

☐iền

☐em

① k ② b ③ t ④ đ ⑤ h

❸ 밑줄 친 부분의 발음이 서로 같은 것을 고르시오.

① tôi - thôi

② gì - ghế

③ ngủ - nghe

④ quy - khuy

⑤ trễ - dễ

❹ <보기>에서 성조 표기가 바르지 않은 것을 고르시오.

a. ca phê　b. nhiệt độ　c. khách san　d. sở thích

① a, b　② a, c　③ b, c　④ b, d　⑤ c, d

❺ 빈칸에 들어갈 말로 알맞은 것을 <보기>에서 고르시오.

A: Em thích món ăn Việt Nam ______ món ăn Hàn Quốc?

B: Em thích món ăn Việt Nam.

<보기>

a. nhưng　b. hay　c. hoặc

① a　② b　③ c　④ a,b　⑤ b,c

❻ 빈칸에 들어갈 순서로 알맞은 것을 고르시오.

A: Anh đi đâu đấy?

B: ______ tôi bị đau đầu ______ đi bệnh viện.

① Vì/ nên

② Tuy/ nhưng

③ Càng/ càng

④ Nếu/ thì

⑤ Không những/ mà còn

❼ 어법에 맞는 문장을 고르시오.

① Tôi được cảm từ tuần trước.

② Tôi đi chưa bao giờ Hà Nội.

③ Tôi muốn mua một cái ti vi.

④ Cái áo này rẻ cái áo kia hơn.

⑤ Tôi ngoài ra, ở đây còn 3 người khác nữa.

❽ 밑줄 친 부분의 쓰임이 옳은 것을 고른 것은?

> A: Anh đã đi Hà Nội bao giờ không (a) ?
>
> B: Rồi. Tôi đã đi Hà Nội ba lần rồi.
>
> A: Ba lần rồi à? Anh thấy Hà Nội thế nào (b)?
>
> B: Đẹp rất (c).

① (a) ② (b) ③ (a), (b) ④ (b), (c) ⑤ (a), (b), (c)

❾ 어법에 맞지 않는 문장을 고르시오.

① Tôi thích vừa ăn vừa xem ti vi.

② Chị là sinh viên không?

③ Anh ấy không những đẹp trai mà còn thân thiện.

④ Căn phòng này tuy nhỏ nhưng rất sạch sẽ.

⑤ Anh cho tôi một bát phở bò.

❿ 빈칸에 들어갈 말로 알맞은 것을 고르시오.

> A: ______________. Chắc là anh bị cảm, phải không?
>
> B: Ừ. Anh bị cảm từ tối hôm qua.

① Hôm nay anh trông có vẻ vui

② Ngày mai, anh sẽ đi Hà Nội

③ Hôm nay anh làm việc rất chăm chỉ

④ Hôm nay trông anh có vẻ mệt

⑤ Hôm nay anh trai của em đi bệnh viện

⓫ 대화의 내용에서 알 수 있는 정보와 부합하는 것을 <보기>에서 고르시오.

> A: Chị đã lập gia đình chưa?
>
> B: Rồi, chị lập gia đình được 1 năm rồi.
>
> A: Vậy à! Còn em thì đã lấy chồng được 3 năm rồi.
>
> B: Ồ, sao em lấy chồng sớm vậy?
> Chồng em là người như thế nào?
>
> A: Dạ, chồng em vui tính và rất yêu em.
>
> B: Ồ, thích quá nhỉ!

<보기>

> a. A는 여자이다.
>
> b. A는 아직 결혼을 안 했다.
>
> c. B는 A보다 결혼을 늦게 했다.
>
> d. B는 아주 쾌활한 성격을 갖고 있다.

① a, b　② a, c　③ b, c　④ b, d　⑤ c, d

⑫ 지문에서 얻을 수 없는 그에 대한 정보는?

> Anh ấy tên là Thủy. Quê của anh ấy là Hà Nội. Anh ấy là tài xế xe tải. Anh ấy đã lập gia đình. Anh ấy có vợ và 2 con gái. Sở thích của anh ấy là chơi bóng đá.
> Khi rảnh, anh ấy thường đi chơi bóng đá với bạn bè.

① 고향 ② 직업 ③ 취미 ④ 일하는 지역 ⑤ 여가생활

⑬ 빈칸에 들어갈 말로 알맞은 것을 <보기>에서 고르시오.

> A: ______ chị, em rất vui vẻ.
> B: Không có gì. Chị cũng đã rất vui.

<보기>

> a. Nếu b.Tùy c. Nhờ

① a ② b ③ c ④ a,c ⑤ a,b,c

⑭ 빈칸에 들어갈 말로 알맞은 것을 고르시오.

> A: Dạo này anh làm gì vậy?
> B: ______, bận lắm.

① Anh đã tắm
② Năm ngoái anh sẽ về quê
③ Dạo này anh hay ngủ
④ Anh làm việc ở một công ty Pháp
⑤ Anh thích ăn ở nhà hàng này

⑮ 하루 일과를 시간의 순서대로 배열한 것은?

a. Nhà hàng thường đóng cửa lúc 9 giờ tối.
b. Sau đó, nhà hàng mở cửa để đón khách.
c. Buổi sáng, các nhân viên đến nhà hàng lúc 8 giờ để dọn dẹp và lau bàn ghế.
d. Từ 12 giờ trưa đến 3 giờ chiều có rất nhiều khách đến nhà hàng.
e. Các nhân viên sẽ dọn dẹp lại nhà hàng một lần nữa đến 10 giờ rưỡi tối và ra về.

① a - b - c - d - e
② b - d - a - e - c
③ b - d - e - a - c
④ c - b - d - a - e
⑤ c - b - d - e - a

⑯ 빈칸에 들어갈 말을 문맥에 맞게 순서대로 배열하시오.

A: Khách sạn Ruby xin nghe!
B: Xin chào, tôi muốn đặt phòng.
A: ______________________?
B: Tôi muốn đặt phòng cho thứ hai tuần sau.
A: ______________________?
B: Một phòng đơn thôi.
A: ______________________?
B: Khoảng 4 giờ chiều.

<보기>

a. Khi nào chị đến nhận phòng
b. Chị muốn đặt phòng cho ngày nào
c. Chị muốn đặt phòng đơn hay phòng đôi

① a - b - c

② a - c - b

③ b - a - c

④ b - c - a

⑤ c - b - a

⑰ 빈칸에 들어갈 말로 알맞은 것은?

A: Nghe nói là bạn sắp chuyển nhà phải không?
B: Ừ, đúng rồi. Mình sắp chuyển đến gần trường đại học Kinh Tế.
A: ____________________?
B: Không sao đâu. Vì không có nhiều đồ nên mình tự làm được.
A: Vậy khi cần thì gọi cho mình nhé!

① Chúng ta cùng đi ăn trưa nhé

② Bạn có cần mình giúp không

③ Trường đại học Kinh Tế có rất nhiều giáo sư giỏi

④ Bạn có cần mình tìm đường giúp không

⑤ Khi nào bạn chuyển nhà

⑱ 빈칸에 들어갈 말로 알맞은 것은?

A: Anh ơi! Cho em hỏi trường đại học Bách Khoa ở đâu?
B: Em đi thẳng rồi đến ngã tư thì rẽ trái.
A: Từ đây đến đó có xa không?
B: ____________! Chỉ mất 10 phút thôi.

① Từ đây đến đó rất xa
② Mất nhiều thời gian
③ Không xa, gần lắm
④ Em không biết
⑤ Em phải hỏi bạn em

⑲ 빈칸에 들어갈 말을 문맥에 맞게 순서대로 배열하시오.

A: Vào kỳ nghỉ hè năm nay, em sẽ đi Đà Nẵng.
B: ____________
A: Chắc là cả gia đình em đều đi. ____________
B: Rồi, chị đến 2 lần rồi. ____________
A: Dạ, cảm ơn chị. Em sẽ chú ý.

<보기>

a. Chị đã đi Đà Nẵng lần nào chưa?
b. Vậy hả? Em định đi với ai?
c. Khi đi du lịch, em nên luôn luôn cẩn thận túi xách và điện thoại nhé!

① a b c ② a c b ③ b a c ④ b c a ⑤ c b a

⑳ 아래 차림표의 내용을 통해 알 수 있는 것은?

> Thực đơn
>
> Phở bò:
> -Bát thường: 40.000 đồng
> - Bát đặc biệt: 45.000 đồng
>
> Phở gà:
> - Bát thường: 45.000 đồng
> - Bát đặc biệt: 50.000 đồng
>
> Giờ mở cửa: 5 giờ sáng-10 giờ tối
> Địa chỉ: 18A Nguyễn Thị Minh Khai, Q1, TP.HCM
> Điện thoại: 012.1234.1234
>
> 

① 아침에는 문을 열지 않는다.
② 닭고기 쌀국수가 소고기 쌀국수 보다 비싸다.
③ 쌀국수 종류는 3가지이다.
④ 쌀국수 집이 하노이시에 있다.
⑤ 해산물 쌀국수가 있다.

㉑ 빈칸에 들어갈 말을 찾으시오.

> A: Em đau ở đâu?
> B: Dạ. Từ hôm qua em đau bụng nhiều.
> A: Hôm qua em đã ăn gì?
> B: Hôm qua em ăn sushi cùng với bạn ạ.
> A: À, biết rồi. Chắc là em ăn cá sống nên bị đau bụng.
> ______________________.
> B: Dạ, vâng ạ. Em mua thuốc ở đâu ạ?
> A: Nhà thuốc ở kế bên.

① Em phải ăn nữa

② Em không cần uống thuốc

③ Em uống thuốc khác không

④ Em đi toilet mấy lần trong một ngày

⑤ Em uống thuốc trong 3 ngày theo toa thuốc này

22 초대장으로부터 알 수 없는 정보를 고르시오.

Thiệp mời sinh nhật

Thân mời bạn Mai Thanh đến dự buổi tiệc sinh nhật thứ 21 của Ngọc Linh.

Vào lúc 17giờ ngày 2 tháng 3 năm 2016.

Tại 20/18A Nguyễn Thị Minh Khai, Quận 1, thành phố Hồ Chí Minh.

ĐTDĐ: 0906 132 845

① 초대받는 사람

② 파티 장소

③ 파티 시간

④ 파티 날짜

⑤ 초대자 집 번호

㉓ 아래의 내용을 보고 알 수 있는 오늘 아침의 날씨는?

Khu vực Hà Nội hôm nay ít mây hơn hôm qua. Buổi sáng, thời tiết tương đối dễ chịu và mát mẻ. Nhiệt độ cao nhất trong ngày là 33 độ C. Buổi tối có khả năng xuất hiện mưa rào và dông. Nhiệt độ đêm nay cao nhất là 22 độ.

① 구름 많음
② 소나기
③ 눈
④ 번개
⑤ 시원함

㉔ 빈칸에 들어갈 수 있는 가장 적합한 말을 찾으시오.

A: Xin lỗi, bây giờ có việc gấp nên em không gặp chị được.
B: Thế à? ______________.

① Em muốn nghỉ không
② Em đã giải quyết chưa
③ Chị chưa bao giờ đi làm việc
④ Không sao đâu
⑤ Em đã gặp chị bao giờ chưa

㉕ 빈칸에 들어갈 말로 알맞은 것은?

A: Ở đây có cho thuê xe du lịch 7 chỗ đúng không?
B: Đúng rồi, anh thuê mấy ngày?
A: 3 ngày 2 đêm. ______________________________?
B: 5.000.000 đồng ạ

① Khi nào nhận xe được
② Xe loại gì
③ Giá đã bao gồm tài xế chưa
④ Bao nhiêu tiền
⑤ Em giảm giá cho anh một chút được không

㉖ 빈 칸에 들어갈 말로 알맞은 것은?

A: Chào em. Em khỏe không?
B: Dạ, em cảm ơn cô ạ. ______________________________?
A: Cảm ơn em. Cả gia đình cô đều khỏe.

<보기>

a. Lâu rồi không gặp　b. Cô đi đâu ạ　c. Bao giờ cô đi Mỹ
d. Hôm nay có lớp không ạ　e. Còn cô và gia đình cô khỏe không

① a　② b　③ c　④ d　⑤ e

27 글의 내용에서 얻을 수 있는 정보를 <보기>에서 고르시오.

A: Thời khóa biểu tuần sau như thế nào?
B: Chúng ta sẽ học môn lịch sử Việt Nam vào thứ hai và môn kinh tế Việt Nam vào thứ tư.
A: Ai sẽ dạy môn lịch sử Việt Nam?
B: Thầy Vịnh sẽ dạy lịch sử Việt Nam.
A: Thế còn môn kinh tế Việt Nam thì ai dạy?
B: Cô Minh.

<보기>

a. 이번 주 월요일에 역사 수업이 있다.
b. 다음 주에는 수업이 이틀 있다.
c. 밍 선생님이 다음주 수요일에 가르치신다.

① a ② b ③ c ④ b,c ⑤ a,b,c

28 글의 내용과 일치하지 않는 것을 고르시오.

Từ ngày xưa, nón lá đã trở thành mũ truyền thống của Việt Nam. Cùng với áo dài, nón lá là một trong những đồ vật có thể được coi là biểu tượng của Việt Nam. Nón lá có thể dùng để che nắng, che mưa và cũng có thể dùng để quạt. Nón lá được sử dụng phổ biến vào đời vua Trần từ thế kỷ 13 đến thế kỷ 15. Ngày nay cũng có thể nhìn thấy nhiều người đội nón lá trên các con đường ở Việt Nam.

① 논라는 베트남 전통모자이다.
② 베트남의 남성들을 상징한다.
③ 논라는 햇빛을 피하기 위해 사용된다.

④ 13세기부터 15세기까지 보편적으로 사용되었다.

⑤ 현재에도 논라를 쓴 사람들을 볼 수 있다.

29 이 글이 설명하는 도시로 알맞은 것을 지도에서 고르시오.

Thành phố này nằm ở miền Trung.
Đây là cố đô của Việt Nam từ năm 1802 đến năm 1945.
Thành phố này có nhiều di tích lịch sử và có nhiều tòa nhà lịch sử.

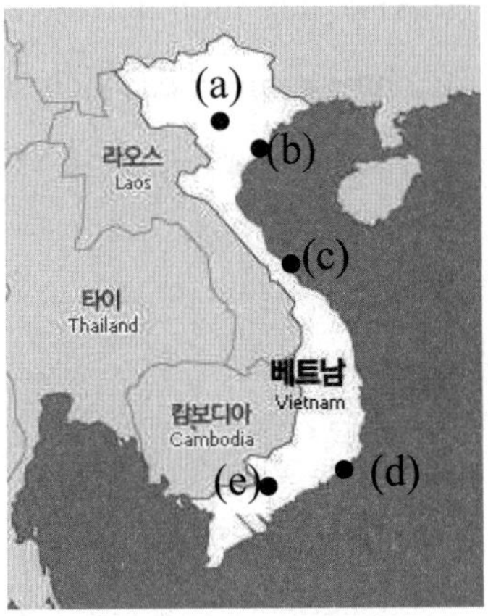

① (a)

② (b)

③ (c)

④ (d)

⑤ (e)

30 글의 내용이 가리키는 것을 찾으시오.

Đây là một loại trang phục truyền thống của Việt Nam.
Trang phục này thường được mặc vào các dịp lễ hội như tiệc đám cưới, ngày Tết v.v…
Nếu mặc kèm cùng với đội nón lá sẽ giúp người phụ nữ thêm duyên dáng hơn.

① áo sơ mi　② áo thun　③ áo mưa　④ áo dài　⑤ áo khoác

3 정답 및 해설

정답

1. ①	2. ③	3. ③	4. ②	5. ②
6. ①	7. ③	8. ②	9. ②	10. ④
11. ②	12. ④	13. ③	14. ④	15. ④
16. ④	17. ②	18. ③	19. ③	20. ②
21. ⑤	22. ⑤	23. ⑤	24. ④	25. ④
26. ⑤	27. ④	28. ②	29. ③	30. ④

해설

❶ ng뒤에는 모음 'e'가 올 수 없다.

❷ táo(사과), tiền(돈), tem(우표) 이므로 ㅁ에 공통으로 들어갈 글자는 t 이다.

❸ ng와 ngh는 같은 음가를 갖고 있다.

❹ a. cà phê, c. khách sạn 으로 성조 표시가 되어야 한다.

❺ '또는'이라는 뜻의 단어가 들어가야 하므로 b. hay 가 정답이다. c. hoặc 도 '또는' 이라는 뜻을 가지지만 의문사가 아니기 때문에 적합하지 않다.

> A: 너는 베트남 음식을 좋아하니, 아니면 한국 음식을 좋아하니?
> B: 저는 베트남 음식을 좋아해요.

❻ '~ 때문에 그래서 ~ 하다'라는 뜻이 적합함으로 정답은 ① 번이다. 'Vì … nên …'을 사용하여 원인(tôi bị đau đầu) 및 결과(đi bệnh viện)를 표현할 수 있다. ② '~에도 불구하고 그러나 ~' ③ '~할 수록 ~하다' ④ '만약 ~면 ~이다' ⑤ '~뿐만 아니라 ~이다'

A: 형, 어디 가세요?
B: 나는 머리가 아파서 병원에 가.

❼ 어법에 맞는 문장은 ③ Tôi muốn mua một cái ti vi. 밖에 없다. 선택지 ① Tôi được cảm từ tuần trước.에서 được을 bị로 바꾸어야 맞는 문장이 되며, ② 는 Tôi chưa bao giờ đi Hà Nội.로 바꾸어야 한다. 선택지 ④ Cái áo này rẻ cái áo kia hơn. 에 사용된 비교급 hơn은 비교하는 대상 앞에 사용되므로 rẻ hơn과 같이 어순을 바꾸어야 한다. 마지막 ⑤ Tôi ngoài ra, ở đây còn 3 người khác nữa.의 경우 '~외에'라는 뜻을 가진 'ngoài ra'는 'ngoài+명사(ra)'로 사용되므로 Ngoài tôi ra로 어순을 바꾸어야 한다.

❽ 쓰임이 옳은 것은 '어때?'라는 뜻의 ② (b) thế nào 밖에 없다. (a) bao giờ không?의 경우, 경험을 물을 때 사용하는 bao giờ chưa?를 사용해야 한다. (c) Đẹp rất의 경우, 'rất'은 형용사 앞에서 매우 라는 의미로 사용되므로 rất đẹp으로 어순을 바꾸어야 한다.

❾ 어법에 맞지 않는 문장은 ② Chị là sinh viên không? 이다. là가 사용된 문장의 의문문은 문장의 끝에 phải không?을 사용해야 하므로 선택지 ②는 어법에 맞지 않다.

❿ 문맥에 따라 ④ Hôm nay trông anh có vẻ mệt. 이 정답이다. '~가 ~ 처럼 보이다' 라는 표현을 할 때 'trông + 명사 + có vẻ + 형용사' 어법을 사용할 수 있다.

A: ______________. 아마 형은 감기 걸린 게 맞죠?
B: 응. 나는 어제 저녁부터 감기 걸렸어.

① 오늘 형 즐거워 보여요
② 내일 형은 하노이에 갈 것이다 .
③ 오늘 형 일을 정말 열심히 해요
④ 오늘 형 피곤해 보여요
⑤ 오늘 제 형은 병원에 갑니다

⓫ 지문의 내용에 부합하는 정보는 a, c로 정답은 ②가 된다.

A: 언니 결혼했어요?
B: 응, 결혼한 지 1년 됐어.
A: 그래요! 저는 결혼 한 지 3년 됐어요.
B: 오, 왜 그렇게 일찍 결혼했어?
네 남편은 어떤 사람이야?
A: 네, 제 남편은 쾌활하고 저를 정말 사랑해요.
B: 오, 정말 좋겠다!

⓬ 지문에서 얻을 수 없는 정보는 ④ 일하는 지역이다.

그의 이름은 두이이다. 그의 고향은 하노이이다. 그는 트럭 운전기사이다. 그는 결혼을 했다. 그는 아내와 두 딸이 있다. 그의 취미는 축구다. 한가할 때, 그는 보통 친구와 함께 축구를 하러 간다.

⑬ 문맥의 흐름에 맞는 말은 c. 덕분에 밖에 없으므로 정답은 ③이 된다.

> A: 언니 ________, 저는 정말 즐거워요.
>
> B: 천만에. 언니도 정말 즐거웠어.

⑭ 문맥의 흐름에 맞는 말은 ④이다.

> A: 요즘에 오빠는 뭐해요?
>
> B: ________________, 아주 바빠.

① 오빠 샤워했다

② 작년에 오빠는 고향에 돌아갈꺼야

③ 요즘 오빠는 자주 잠을 자

④ 오빠는 프랑스 회사에서 일을 해

⑤ 오빠는 이 식당에서 먹는 것을 좋아해

⑮ 하루 일과의 시간의 순서대로 배열한 것은 선택지 ④ c - b - d - a - e 가 된다.

> a. 식당은 보통 저녁 9시에 문을 닫는다.
>
> b. 그 후에, 가게는 손님을 맞이하기 위해 문을 연다.
>
> c. 아침에, 직원들은 테이블의자를 닦고 정리하기 위해 8시에 식당에 온다.
>
> d. 점심12시부터 오후 3시까지 식당에 오는 손님이 아주 많다.
>
> e. 직원들은 저녁 10시 30분까지 한 번 더 식당을 정리하고 퇴근한다.

⑯ 문맥 흐름상 들어갈 말의 순서는 ④ b - c - a 의 순이 가장 적합하다.

A: 루비호텔입니다!

B: 안녕하세요, 방을 예약하고 싶습니다.

A: ?

B: 다음 주 월요일에 방을 예약하고 싶어요.

A: ?

B: 싱글룸 하나만요.

A: ?

B: 오후 4시쯤이요.

<보기>

a. 언제 오셔서 방을 받으세요

b. 며칠에 방을 예약하고 싶으세요

c. 싱글룸 아니면 더블룸을 예약하고 싶으세요

⑰ 빈칸에 들어갈 말로 알맞은 것은 ②번이다.

A: 듣기로는 너 곧 이사한다던데, 맞니?

B: 응, 맞아. 경제대학교 근처로 곧 이사해.

A: ?

B: 괜찮아. 물건이 많지 않아서 나 혼자 할 수 있어.

A: 그럼 필요할 때 나 불러!

① 우리 같이 점심 먹으러 가자

② 내 도움이 필요하니

③ 경제 대학교는 좋은 교수님이 정말 많이 있어

④ 내가 길을 찾아줄까

⑤ 언제 이사해

⑱ 빈칸에 들어갈 말로 알맞은 것은 ③번이다.

> A: 형! 뭐 좀 물을게요. 백과대학교가 어디에 있어요?
> B: 직진하고 사거리 나오면 좌회전 해.
> A: 여기서부터 거기까지 멀어요?
> B: ____________________! 10분밖에 안 걸려.

① 여기서부터 거기까지 정말 멀어

② 시간이 많이 걸려

③ 안 멀어, 아주 가까워

④ 저도 잘 몰라요

⑤ 저는 제 친구에게 물어봐야해요.

⑲ 문맥에 흐름에 맞는 순서는 ③ b - a - c 가 된다.

> A: 올 여름방학기간에, 저는 다낭에 갈 거에요.
> B: ____________________?
> A: 아마도 우리가족 모두 가요. ____________________
> B: 응, 언니는 두 번 갔었어. ____________________
> A: 네, 고마워요 언니. 주의할게요.

<보기>

> a. 언니는 다낭에 가 본적이 있어요?
> b. 그래? 누구랑 같이 갈 예정이니?
> c. 여행할 때, 가방하고 전화기를 항상 조심하는 게 좋아!

⑳ 차림표의 내용을 통해 알 수 있는 것은 ②이다. ① 아침 5시부터 문을 열고 ③ 쌀국수 종류는 소고기 쌀국수와 닭고기 쌀국수 두 가지이고, ④ 쌀국수 집은 호치민시에 있고 ⑤ 해산물 쌀국수는 없다.

메뉴

소고기 쌀국수:	닭고기 쌀국수:
- 일반그릇: 40.000 동	-일반그릇: 45.000 동
- 특별그릇: 45.000 동	-특별그릇: 50.000 동

오픈 시간: 아침 5시 ~ 저녁 10시

주소: 18A 응우옌티밍카이, 1군, 호치민시

전화: 012.1234.1234

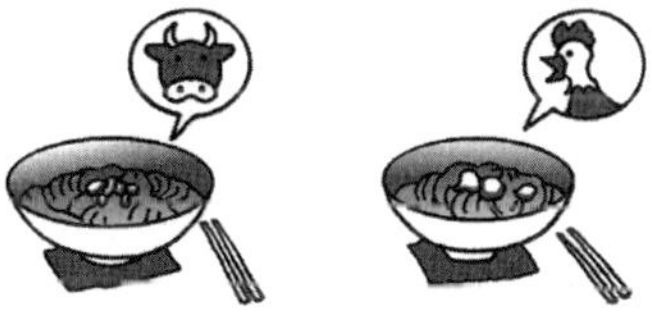

㉑ 빈칸에 들어갈 말로 적합한 표현은 ⑤가 된다.

A: 어디가 아프니?

B: 네. 어제부터 배가 많이 아파요.

A: 어제 뭘 먹었니?

B: 어제 친구랑 같이 스시를 먹었어요.

A: 아, 알겠다. 아마도 날 생선을 먹어서 배가 아픈 것 같아.

________________.

B: 네, 알겠어요. 약은 어디에서 사나요?

A: 약국은 근처에 있어.

① 너는 더 먹어야 해

② 너는 약을 먹을 필요가 없어

③ 너는 다른 약을 먹니

④ 너는 하루에 몇 번 화장실을 가니

⑤ 이 처방전에 따라 3일 동안 약을 먹으렴

㉒ 초대장의 내용을 통해 없는 정보는 ⑤이다. ĐTDĐ은 'Điện thoại di động(휴대폰)'의 줄임 말이다. 보통 명함 등에 이와 같이 사용할 수 있다.

생일 초대장

응옥 링의 생일파티에 마이 타잉을 초대합니다.

2016년 3월 2일 17시

호찌밍시, 1군, 응우옌 티밍 카이 20/18A에서.

휴대폰: 0906 123 123

㉓ 아래의 내용을 보고 알 수 있는 오늘 아침의 날씨는 ⑤ 시원함 이다.

하노이지역은 오늘 어제보다 구름이 적다.
아침에, 날씨는 비교적 맑고 시원하다.
하루 중 최고 온도는 33도이다.
저녁에는 소나기와 번개가 출현할
가능성이 있다.
오늘 밤 최고 온도는 22도이다.

24 빈칸에 들어갈 가장 자연스러운 표현은 ④ 괜찮아 이다.

> A: 미안해요, 지금 급한 일이 있어서 저는 언니를 만날 수가 없어요.
>
> B: 그래? ____________________.

① 너 쉬고 싶으니

② 너 해결했니

③ 언니는 일하러 가본적이 없어

④ 괜찮아

⑤ 너 나 만나본 적 있어

25 빈칸에 들어갈 가장 자연스러운 표현은 ④ Bao nhiêu tiền? (얼마예요?)가 된다.

> A: 여기에서 7인승 관광차 빌려주는 게 맞나요?
>
> B: 맞습니다, 며칠 빌리시나요?
>
> A: 2박 3일이요. ____________________?
>
> B: 5,000,000 동입니다.

① 언제 차를 받을 수 있죠

② 차가 무슨 종류인가요

③ 기사가 포함 된 가격인가요

④ 얼마예요

⑤ 가격을 좀 깎아 줄 수 있나요

㉖ 빈 칸에 들어갈 말로 알맞은 것은 ⑤번이다.

A: 안녕. 잘 지내니?
B: 네, 감사합니다 선생님. ____________________?
A: 고마워. 선생님 가족 모두 잘 지내.

<보기>

a. 오랜만에 뵙겠습니다 b. 선생님 어디가세요 c. 언제 미국에 가세요
d. 오늘 수업이 있으세요 e. 그런데 선생님과 가족들은 잘 지내세요

㉗ 글의 내용에서 얻을 수 있는 정보는 ④ b, c 이다.

A: 다음 주 시간표는 어떠니?
B: 우리는 월요일에 베트남역사 과목 그리고 수요일에 베트남 경제 과목을 공부할거야.
A: 누가 베트남역사 과목을 가르치셔?
B: 빙선생님이 베트남 역사를 가르치실 거야.
A: 그럼 베트남 경제 과목을 누가 가르치셔?
B: 밍선생님.

28 글의 내용과 일치하지 않는 것은 ②이다.

> 옛날부터, 논라는 베트남의 전통모자가 되었다.
> 아오자이와 함께, 이것은 베트남의 상징이라고 말할 수 있는 물건들 중 하나이다.
> 햇빛을 피하고, 비를 피하기 위해 사용하고 또한 부채질을 위해 사용할 수 있다.
> 13세기부터 15세기까지 전왕조 시대에 보편적으로 사용되었다.
> 현재에도 베트남 길 위에서는 논라를 쓴 사람들을 볼 수 있다.

29 이 글이 설명하는 도시는 Huế (후에)이므로 정답은 ③ (c)이다.

> · 이 도시는 중부지역에 있다.
> · 이 곳은 1802년부터 1945년까지 베트남의 옛 수도이다.
> · 이 도시는 많은 역사적 유적과 많은 역사적 건축물을 가지고 있다.

30 글의 내용이 가리키는 것은 ④ áo dài (아오자이)이다.

> 이것은 베트남 전통의상 종류이다.
> 이 의상은 보통 결혼식, 설날과 같은 축제에 입게 된다.
> 만약 논라와 함께 입는다면 여성을 더욱더 매력 있게 만들어 준다.

① 와이셔츠
② 티셔츠
③ 비옷
④ 아오 자이
⑤ 코트

4 문제은행 30문항

❶ 대화의 빈칸에 들어갈 말로 알맞은 것을 고르시오.

A: Chào chị!
B: Chào anh!
A: Chị có khoẻ không?
B: Cám ơn, tôi khoẻ. ________?
A: Cám ơn. Tôi bình thường.

① Không ② Còn ông ③ Còn anh ④ Phải không ⑤ Không phải

❷ 대화의 빈칸에 공통으로 들어갈 말로 알맞은 것으로 고르시오.

A: Chào thầy ________!
B: Chào em!
A: Thầy có khoẻ không ________?
B: Cám ơn em. Thầy vẫn khoẻ.

① à ② ạ ③ nhỉ ④ nhé ⑤ nhỉ

❸ 대화의 빈칸에 들어갈 말로 알맞은 것을 고르시오.

A: Chào bạn. Rất vui được gặp bạn.
B: Chào bạn. Mình tên là Toàn. Còn bạn tên là ________?
A: Mình tên là Minh.

① ai ② gì ③ sao ④ nào ⑤ bao nhiêu

❹ 대화의 빈칸에 들어갈 말을 순서대로 배열한 것을 고르시오.

A: A lô! Thông tấn xã Việt Nam phải không ạ?
B: Vâng, Thông tấn xã Việt Nam đây.
A: ______
B: ______
A: ______
B: Chị chờ một chút nhé!

<보기>

a) Chị muốn gặp anh Toàn à?
b) Em là Lan. Chị làm ơn cho em gặp Toàn.
c) Vâng. Em muốn gặp Anh Toàn

① a - b - c ② b - c - a ③ c - a - b ④ b - a - c ⑤ a - c - b

❺ 대화의 내용과 일치하는 것을 고르시오.

A: Đồng hồ cậu mấy giờ rồi?
B: 4 giờ hơn.
A: Chính xác là 4 giờ mấy phút?
B: Để làm gì thế? 4 giờ 7 phút.
A: Mình cần lấy lại giờ. Đồng hồ của mình bị chết.

① B의 시계가 죽었다.
② A는 시간이 필요하다.
③ A는 시계를 잃어버렸다.
④ 현재 시간은 4시 7분이다.
⑤ A의 시계로는 4시 조금 넘었다.

❻ 글의 내용과 일치하는 것을 고르시오.

Hàng ngày, Min-su ngủ dậy lúc 7 giờ sáng. Rửa mặt, ăn sáng mất khoảng 1 tiếng. 8 giờ, Min-su bắt đầu đến Trường học. Buổi sáng Min-su học 3 tiết rồi đi ăn trưa ở căn tin của trường. Giờ học buổi chiều bắt đầu từ 13 giờ đến 16 giờ 30. Sau giờ tan học, Min-su về nhà ăn tối. Buổi tối Min-su xem TV một chút rồi làm bài và đọc sách cho đến khi đi ngủ.

① 민수는 7시에 일어난다.
② 민수는 8시에 학교에 도착한다.
③ 오후 수업은 1시 반에 시작한다.
④ 민수는 한 시간 동안 아침 식사를 한다.
⑤ 저녁에는 TV를 보고 숙제를 한 후에 잠을 잔다.

❼ 글의 내용으로 알 수 없는 것을 고르시오.

Gia đình tôi có 5 người. Bố mẹ tôi, anh tôi, em gái tôi và tôi. Bố tôi làm nghề lái xe. Năm nay bố tôi 53 tuổi. Ông đang làm việc, chưa nghỉ. Mẹ tôi 50 tuổi nhưng không được khoẻ. Mẹ tôi làm y tá. Anh tôi là kỹ sư. Anh ấy đã có vợ và anh chị đã có hai con, một con trai và một con gái. Chúng rất khoẻ mạnh và thông minh. Ông yêu cháu trai hơn cháu gái còn bà yêu cháu gái hơn. Em gái tôi năm nay 20 tuổi. Nó đang học ở trường Đại học Sư phạm.

① 할머니는 손녀를 더 사랑한다.
② 형은 결혼했고, 두 아들을 두고 있다.
③ 내 여동생은 선생님이 되고 싶어한다.
④ 아버지는 운전사이고 어머니는 간호사이다.
⑤ 우리 가족은 부모님과 형, 여동생 그리고 내가 있다.

8 빈칸에 들어갈 말로 알맞은 것으로 고르시오.

> A: Gia đình em có mấy người?
> B: Dạ thưa cô, gia đình em có bốn người ạ. Bố, mẹ, anh trai và em.
> A: Em có anh trai à? Anh trai em ________?
> B: Anh trai em cũng là giáo viên trường trung học phổ thông ạ.

① làm nghề gì
② bao nhiêu tuổi
③ thích ăn món gì
④ có đẹp trai không
⑤ có phải là sinh viên không

9 대화의 내용으로 알 수 있는 것을 고르시오.

> A: Ngày mai tất cả học sinh của lớp mình sẽ đi tham quan chùa Hương.
> B: Hay quá! Đi bằng gì ạ?
> A: Ô tô. Các bạn nhớ có mặt tại cổng ký túc xá trước 7 giờ. Đúng 7 giờ ô tô của trường sẽ đến đón chúng ta đi.
> B: Có xa lắm không ạ?
> A: Khoảng 60 km nhưng đường xấu, ô tô chạy cũng phải mất hai tiếng. Các bạn nhớ chuẩn bị mang theo bữa ăn trưa nhé.

① 출발지는 학교 정문이다.
② 학급 전체가 소풍을 간다.
③ 각자 오토바이를 타고 간다.
④ 목적지까지 두 시간이 걸린다.
⑤ 점심은 단체로 주문하므로 개인이 휴대하지 않는다.

10 대화의 빈칸에 들어갈 말을 순서대로 배열한 것을 고르시오.

A: Mình muốn mua một cái nón, mua ở đâu?
B: Mình sẽ dẫn cậu đi mua.
A: ________________
B: ________________
A: ________________
B: Chắc chợ Đồng Xuân thì thế nào cũng có.

<보기>

a) Có xa không? Ở đâu?
b) Chiều mai. Bây giờ mình bận.
c) Ngay bây giờ nhé! Được không?

① a - b - c ② b - c - a ③ c - b - a ④ b - a - c ⑤ c - a - b

11 대화의 내용으로 알 수 있는 것을 고르시오.

A: Tớ đói bụng quá!
B: Tớ cũng vậy. Vậy chúng ta cùng đi ăn đi.
A: Chúng ta ăn gì đây?
B: Quán bún chả trước cổng trường rất ngon. Chúng ta cùng đến đó ăn đi.

① A는 배가 고프지 않다.
② A와 B는 선후배 사이다.
③ 학교식당에서 분짜를 판다.
④ B는 분짜를 먹고 싶어한다.
⑤ A는 B에게 분짜를 권하고 있다.

⑫ 대화의 빈칸에 들어갈 말을 그림으로 표시한 것을 고르시오.

A: Anh muốn mua loại quả nào ạ?

B: Ở đây có ________ không?

A: Có ạ. Quả nhỏ giá 15 nghìn đồng. Còn quả lớn giá 25 nghìn đồng.

B: Vậy chị bán cho tôi 2 quả nhỏ.

①

②

③

④

⑤

⑬ 대화의 빈칸에 들어갈 말을 고르시오.

A: Mời vào. Chị muốn mua gì ạ?

B: Tôi muốn mua 1 cái quần bò.

A: Chị xem bên này ạ.

B: Cái quần này đẹp nhỉ! Tôi mặc thử ________?

A: Vâng, chị mặc thử đi.

① tại sao

② hay sao

③ phải không

④ được không

⑤ có được gì không

⑭ 대화의 내용으로 알 수 있는 것을 고르시오.

A: Chị ơi, em có thư không?

B: Hôm nay em không có.

A: Lâu rồi em chẳng nhận được thư của gia đình gì cả.

B: Hôm kia em nhận thư của ai?

A: Của bạn em chứ không phải thư của bố mẹ.

B: Thôi, cứ yên tâm.

① A는 어제 친구의 편지를 받았다.

② B는 A에게 편지를 전달하고 있다.

③ A는 가족의 편지를 기다리고 있다.

④ B는 A 친구의 편지에 관심이 있다.

⑤ B는 안심하고 편지를 기다리고 있다.

⓯ 빈칸에 들어갈 말을 순서대로 배열한 것을 고르시오.

A: Chào chị, chị cần gì ạ?

B: _____.

A: Phòng đôi hay phòng đơn ạ?

B: _____.

A: Vâng, có. Chị định thuê trong bao lâu?

B: _____.

A: Vâng, hai đêm một ngày, xin chị 150 USD.

<보기>

a) Tôi muốn thuê phòng.

b) Phòng đơn thôi nhưng ở tầng hai thì tốt.

c) Hết ngày và đêm mai. Sáng ngày kia tôi đi.

① a - b - c ② b - c - a ③ c - b - a ④ b - a - c ⑤ a - c - b

⓰ 대화의 내용으로 알 수 있는 것은?

A: Chị ơi! Bán cho em một vé tàu hỏa đi Đà Nẵng lúc bảy giờ sáng ạ!

B: Vé chuyến bảy giờ đã hết rồi. Chỉ còn vé chuyến chín giờ.

A: Vậy, chị bán cho em vé chuyến chín giờ. Giá bao nhiêu vậy ạ?

B: Đây. Giá vé là bốn trăm nghìn đồng em ạ.

① 오전 9시 기차는 다 팔렸다.

② 다낭에서 기차를 갈아타야 한다.

③ 오후 7시 기차는 자리가 남아 있다.

④ 목적지까지의 차표 값은 사십만 동이다.

⑤ A는 기차를 타고 싸이 곤에 가려고 한다.

⑰ 대화의 빈칸에 들어갈 말을 고르시오.

A: Chào bác sĩ!

B: Chào anh. Mời anh ngồi. ________?

A: Thưa bác sĩ, tôi bị nhức đầu, chóng mặt và ho.

B: Có bị sốt không?

A: Dạ, chỉ hơi sốt thôi ạ.

① Sức khỏe của bà tốt lắm

② Sức khỏe của anh tốt chứ

③ Sức khoẻ của anh làm sao

④ Sức khỏe của bà hơi có vấn đề

⑤ Sức khỏe của ông rất nhiều vấn đề

⑱ 대화의 내용으로 알 수 있는 것을 고르시오.

A: Đỡ chưa Toàn? Cậu có muốn ăn gì không? Ăn phở nhé?

B: Cám ơn. Mình không ăn phở đâu. Mua giúp mình quả chuối thôi.

A: Phải cố mà ăn. Chiều nay không đỡ thì phải đi bệnh viện.

B: Chắc không sao đâu.

① A와 B는 애인관계다.

② B의 상태는 심각하다.

③ A는 퍼를 먹고 싶어한다.

④ A는 B를 입원시키려고 한다.

⑤ B는 바나나를 먹고 싶어한다.

⑲ 대화의 내용으로 알 수 있는 것을 고르시오.

> A: Anh, chị dùng gì ạ?
>
> B: Mình uống nước cam, còn cậu uống gì?
>
> C: Mình không thích nước cam. Mình uống cà phê nóng.
>
> B: Bác cho một cam vắt và một cà phê nóng.
>
> A: Có ngay!

① B는 여성이다.

② B와 C는 친구 사이이다.

③ B는 뜨거운 커피를 좋아한다

④ C는 오렌지 주스를 좋아한다.

⑤ 음료를 주문하고 30분 정도 기다려야 한다.

⑳ 대화의 빈칸에 들어갈 말을 고르시오.

> A: ____________________?
>
> B: Chị mua đi, sáu trăm một bông.
>
> A: Chị chọn 5 bông thật tươi. Sao thấy nhiều người mua hoa vậy chị?
>
> B: Vì ngày mai là ngày nhà giáo Việt Nam.
>
> A: Thế à?

① Hoa hồng bán thế nào chị

② Quần áo này bán thế nào chị

③ Quả dừa này bán thế nào chị

④ Cái nón này giá bao nhiêu chị

⑤ Xe đạp màu hồng kia giá bao nhiêu chị

㉑ 대화의 내용으로 알 수 있는 것은?

A: Tối nay cậu có đi dự cuộc thi ca nhạc nhẹ ở trường không?

B: Không, mình không thích lắm.

A: Sao thế! Cậu chỉ thích nhạc cổ điển thôi à?

B: Cổ điển hoặc dân ca cũng được.

① A는 경음악을 좋아한다.

② A와 B는 음악을 전공하고 있다.

③ A는 경음악 경연대회에 참석한다.

④ B는 경음악 경연대회에 참석한다.

⑤ B는 고전음악이나 민요를 좋아한다.

㉒ 대화의 내용과 일치하는 것을 고르시오.

A: Hôm nay mới đầu tháng 6 mà trời nóng quá nhỉ?

B: Ừ, có lẽ đến 38℃.

A: Cậu ở Việt Nam đã lâu, cậu thấy thời tiết Việt Nam thế nào?

B: Miền Bắc có 4 mùa, mùa xuân ấm áp, mùa hè rất nóng và ẩm, mùa thu mát, mùa đông thì rất lạnh. Còn ở miền Nam thì chỉ có hai mùa, mùa mưa và mùa khô.

A: Thế à!

① 북부 베트남의 봄은 조금 덥다.

② 북부 베트남의 겨울은 아주 춥다.

③ 남부 베트남의 여름은 시원한 편이다.

④ 북부 베트남의 여름은 무덥지만 습도는 낮다.

⑤ 남부 베트남의 계절은 사계절 외에도 건기와 우기로 구분한다.

㉓ 대화의 내용으로 보아 현재의 계절을 그림으로 표현한 것을 고르시오.

A: Chào chị, chị đi đâu đấy?

B: Chào em, mình đi mua áo ấm đây.

A: Bây giờ là mùa đông rồi hả chị?

B: Chưa! Vẫn còn là mùa thu, nhưng cuối mùa thu, trời lạnh rồi. Chỉ tháng sau là rét.

①

②

③

④

⑤

㉔ 대화의 내용으로 보아 오늘의 날씨는?

A: Cậu có nghe đài báo thời tiết không?

B: Hôm nay đài báo trưa và chiều có mưa đấy.

A: Thế thì phải mang áo mưa đi. Có lạnh không?

B: Có. Gió mùa về, trời trở lạnh. Phải mang cả áo ấm nữa.

① 습하고 무덥다.

② 비가 오고 춥다.

③ 건조하고 시원하다.

④ 구름이 끼고 흐리다.

⑤ 바람이 불고 시원하다.

㉕ 초청장의 내용으로 알 수 있는 것을 고르시오.

Mời họp mặt

Nhân dịp tết Nguyên Đán, Ban Giám đốc Công ty ABC trân trọng kính mời các cụ, các bác đã công tác ở công ty này nghỉ hưu tới dự buổi họp mặt thân mật tại hội trường công ty.

Thời gian: chín giờ sáng thứ bảy, 5-2 (tức ngày hai lăm tháng chạp âm lịch).

Rất hân hạnh được đón tiếp.

① 모임 날짜는 음력 섣달 25일이다.

② 모임 시간은 토요일 오전 11시이다.

③ 설 맞이 마을의 경로잔치 초청장이다.

④ ABC회사의 임직원을 초청한 내용이다.

⑤ ABC회사가 지역주민을 위한 기부행사 내용이다.

26 대화의 내용으로 알 수 있는 것을 고르시오.

A: Chúc mừng A-ram nhân dịp năm mới. Chúc bạn hạnh phúc và học tập tốt.

B: Cảm ơn Hà, hoa đẹp quá! Hôm nay Hà ở đây vui tết với bọn mình nhé.

A: Thôi! Cảm ơn A-ram. Để hôm khác, hôm nay mình đang bận. Chúc các bạn ăn tết ở Việt Nam thật vui. Chị Lan cũng định chúc tết A-ram nhưng vì bận nên chị ấy chưa đến được. Chắc chiều nay chị ấy sẽ đến.

① 아람이 하에게 꽃을 선물했다.
② 베트남의 설은 화려하고 즐겁다.
③ 외국에서 설을 지내는 아람은 고독하다.
④ 란 언니는 오후에 아람을 찾아올 것이다.
⑤ 오늘 하는 아람과 같이 시간을 보낼 것이다.

[27~30] 빈칸에 들어갈 말을 고르시오.

27 Chào anh! Hẹn gặp lại ______!

① sau ② sớm ③ ngay ④ nhanh ⑤ muộn

28 ______ bao lâu nữa thì anh về nước?

① Trong ② Vào ③ Hơn ④ Còn ⑤ Cả

29 Chị có giấy không? Cho tôi xin một ______.

① giấy ② tờ ③ tấm ④ miếng ⑤ quyển

30 Toàn là cậu bé cao lớn nhất ______ gia đình.

① của ② trong ③ trong số ④ giữa ⑤ với

4 정답 및 해설

정답

1. ③	2. ②	3. ②	4. ④	5. ④
6. ①	7. ③	8. ①	9. ④	10. ③
11. ④	12. ④	13. ④	14. ③	15. ①
16. ④	17. ③	18. ⑤	19. ②	20. ①
21. ⑤	22. ②	23. ②	24. ②	25. ①
26. ④	27. ①	28. ④	29. ②	30. ②

해설

1 대화의 빈칸에 들어갈 말로 알맞은 것을 고르시오.

A: 안녕하세요!
B: 안녕하세요!
A: 건강하시죠?
B: 고맙습니다. 나는 건강합니다. ________?
A: 감사합니다. 저는 보통입니다.

① Không (아니오)
② Còn ông (당신은요?)
③ Còn anh(당신은요?)
④ Phải không(~죠?)
⑤ Không phải(아니오)

정답: ③ 베트남어 인사말에서 '나는 어떠합니다'라고 대답하고 이어서 '당신은요?'라고 묻는다. 이 문형은 'Còn + 상대방의 인칭대명사'이다. 그런데 ②와 ③이 모두 우리말로는 '당신은요?'에 해당하지만 인칭대명사를 보면 'ông'과 'anh'

으로 서로 다름을 알 수 있다. 위의 대화는 anh - chị 사이에 이루어 지고 있기 때문에 ③이 정답이 된다.

❷ 대화의 빈칸에 공통으로 들어갈 말로 알맞은 것으로 고르시오.

A: 안녕하세요 ______!
B: 안녕!
A: 선생님 건강하시죠 ______?
B: 고맙다. 나는 여전히 건강해.

① à (의문사)
② ạ (존경을 표현)
③ nhỉ (친밀감을 갖고 상대방의 동의나 권유를 표현)
④ nhé (가벼운 권유나 친밀감의 표현)
⑤ nhỉ (권유, 동의를 구하는 표현)

정답: ② 위 대화는 선생님과 학생의 대화이다. 학생들은 선생님과 대화할 때 존경을 표현하는 [ạ]를 써야 한다. 따라서 빈칸에 공통으로 들어갈 말은 ②이다.

❸ 대화의 빈칸에 들어갈 말을 순서대로 배열한 것을 고르시오.

A: 안녕. 만나서 아주 반가워.
B: 안녕. 내 이름은 또안이야. 네 이름은 ______?
A: 내 이름은 밍이야.

① ai(누구) ② gì(무엇) ③ sao(어찌) ④ nào(어떤) ⑤ bao nhiêu(얼마)

정답: ② '네 이름은 무엇이냐?'라는 문장에 사용되는 의문사를 묻는 문제로, [gì]가 정답이다.

❹ 대화의 빈칸에 들어갈 말을 순서대로 배열한 것을 고르시오.

A: 여보세요! 베트남 통신사죠?

B: 예. 베트남 통신사입니다.

A: ______

B: ______

A: ______

B: 잠시만 기다려주세요!

<보기>

a) 또안을 바꿔드릴까요?

b) 저는 란입니다. 또안 좀 바꿔주세요.

c) 예. 또안을 바꿔주세요.

① a - b - c ② b - c - a ③ c - a - b ④ b - a - c ⑤ a - c - b

정답; ④

❺ 대화의 내용과 일치하는 것을 고르시오.

A: 네 시계는 몇 시니?

B: 4시가 넘었는데.

A: 정확히 4시 몇 분이니?

B: 뭐 하려고? 4시 7분이야.

A: 시간을 조정해야 해. 내 시계가 죽었거든.

① B의 시계가 죽었다.

② A는 시간이 필요하다.

③ A는 시계를 잃어버렸다.

④ 현재 시간은 4시 7분이다.

⑤ A의 시계로는 4시 조금 넘었다.

정답: ④

❻ 글의 내용과 일치하는 것을 고르시오.

매일 민수는 오전 7시에 일어난다. 세수하고 아침을 먹는데 약 1시간을 허비한다. 8시에 민수는 학교로 출발한다.
오전에 민수는 3시간 수업을 하고 학교 구내식당에서 점심을 먹는다. 오후 수업은 13시부터 16시 30분까지다. 학교가 파한 후 민수는 집에 와서 저녁을 먹는다. 저녁에는 잠시 TV를 보고 숙제를 하고 자기 전까지 독서를 한다.

① 민수는 7시에 일어난다.

② 민수는 8시에 학교에 도착한다.

③ 오후 수업은 1시 반에 시작한다.

④ 민수는 한 시간 동안 아침 식사를 한다.

⑤ 저녁에는 TV를 보고 숙제를 한 후에 잠을 잔다.

정답: ①

❼ 글의 내용으로 알 수 없는 것을 고르시오.

> 우리 가족은 부모님, 형, 여동생, 나로, 5명이다. 아버지는 운전사이다. 올해 53세이며 아직 퇴직하지 않고 일을 하고 계신다. 어머니는 간호사이다. 형은 엔지니어이다. 형은 결혼했고 아들과 딸, 두 아이를 두고 있다. 그들은 아주 건강하고 총명하다. 할아버지는 손자를 더 사랑하고 할머니는 손녀를 더 사랑한다. 내 여동생은 올해 20살이다. 그녀는 사범대학교를 다니고 있다.

① 할머니는 손녀를 더 사랑한다.
② 형은 결혼했고, 두 아들을 두고 있다.
③ 내 여동생은 선생님이 되고 싶어한다.
④ 아버지는 운전사이고 어머니는 간호사이다.
⑤ 우리 가족은 부모님과 형, 여동생 그리고 내가 있나.

정답: ③

❽ 빈칸에 들어갈 말로 알맞은 것으로 고르시오.

> A: 네 가족은 몇 명이니?
> B: 예, 저희 가족은 4명입니다. 부모님과 오빠 그리고 저입니다.
> A: 오빠가 있어? 네 오빠는 ______?
> B: 제 오빠도 고등학교 선생님입니다.

① làm nghề gì(무슨 일을 하니)
② bao nhiêu tuổi(몇 살이니)
③ thích ăn món gì(어떤 음식을 좋아하니)
④ có đẹp trai không(잘 생겼니)
⑤ có phải là sinh viên không(대학생이죠)

정답: ①

9 대화의 내용으로 알 수 있는 것을 고르시오.

A: 내일 우리 학급 전체가 흐엉사로 구경 갈 것이다.

B: 너무 좋아요! 뭘 타고 가지요?

A: 자동차. 너희들 7시 전에 기숙사 정문 앞으로 모여야 돼. 정각 7시에 학교 차가 우리를 태우러 올 거야.

B: 아주 먼가요?

A: 약 60 km지만 길이 나빠서 자동차로도 두 시간이 걸려. 너희들 점심을 준비해야 된다.

① 출발지는 학교 정문이다.

② 학급 전체가 소풍을 간다.

③ 각자 오토바이를 타고 간다.

④ 목적지까지 두 시간이 걸린다.

⑤ 점심은 단체로 주문하므로 개인이 휴대하지 않는다.

정답: ④

❿ 대화의 빈칸에 들어갈 말을 순서대로 배열한 것을 고르시오.

A: 삿갓 한 개를 사고 싶은데, 어디서 사지?
B: 내가 안내해줄게.
A: ________
B: ________
A: ________
B: 틀림없이 동수언 시장에는 있을 거야.

<보기>

a) 머니? 어딘데?
b) 내일 오후에. 지금은 바빠.
c) 지금 즉시, 되니?

① a - b - c ② b - c - a ③ c - b - a ④ b - a - c ⑤ c - a - b

정답: ③

⓫ 대화의 내용으로 알 수 있는 것을 고르시오.

A: 너무 배가 고파!
B: 나도 그래. 그러면 우리 함께 식사하러 가자.
A: 우리 뭘 먹지?
B: 학교 정문 앞에 분짜집 정말 맛있어. 우리 거기 가서 먹자.

① A는 배가 고프지 않다.
② A와 B는 신후배 사이나.
③ 학교식당에서 분짜를 판다.
④ B는 분짜를 먹고 싶어한다.
⑤ A는 B에게 분짜를 권하고 있다.

정답: ④

⓬ 대화의 빈칸에 들어갈 말을 그림으로 표시한 것을 고르시오.

A: 어떤 것을 사고 싶습니까?

B: 여기 ________ 있어요?

A: 예. 작은 것은 15,000동입니다. 그리고 큰 것은 25,000동입니다.

① cỏ(풀)

② gạo(쌀)

③ cơm(밥)

④ dưa hấu (수박)

⑤ tiểu mạch(밀)

정답: ④ 종별사 quả는 과일에 사용되기 때문에 과일 외의 다른 것은 답이 될 수 없다.

⑬ 대화의 빈칸에 들어갈 말을 고르시오.

A: 어서 오세요. 뭘 사고 싶으세요?

B: 청바지 하나를 사고 싶은데요.

A: 이쪽을 보시죠.

B: 이 바지가 예쁘네요! 제가 입어 ______?

A: 예, 입어보세요.

① tại sao(왜)

② hay sao(어떤데)

③ phải không(~하죠)

④ được không(할 수 있죠)

⑤ có được gì không(뭘 얻었나요)

정답: ④ '~할 수 있죠?'의 의미는 'được không?'이다.

⑭ 대화의 내용으로 알 수 있는 것을 고르시오.

A: 언니, 제 편지 있어요?

B: 오늘은 없는데.

A: 오랫동안 가족의 편지를 받지 못했어요.

B: 그저께 받은 편지는 누구 건데?

A: 부모님 편지가 아니라 친구 거예요.

B: 됐어. 안심하고 기다려.

① A는 어제 친구의 편지를 받았다.
② B는 A에게 편지를 전달하고 있다.
③ A는 가족의 편지를 기다리고 있다.
④ B는 A 친구의 편지에 관심이 있다.
⑤ B는 안심하고 편지를 기다리고 있다.

정답: ③

⑮ 빈칸에 들어갈 말을 순서대로 배열한 것을 고르시오.

A: 안녕하세요, 뭘 도와드릴까요?

B: ____________________.

A: 싱글 룸 아니면 더블 룸요?

B: ____________________.

A: 예, 있어요. 얼마 동안 묵을 거예요?

B: ____________________.

A: 예. 2박 3일, 150달러 주세요.

<보기>

a) 방을 빌리려고요.
b) 싱글 룸이면 되는데, 2층이면 좋겠습니다.
c) 오늘 그리고 내일 밤까지요. 모레 아침에 체크아웃 하겠습니다.

① a - b - c　② b - c - a　③ c - b - a　④ b - a - c　⑤ a - c - b

정답: ①

⓰ 대화의 내용으로 알 수 있는 것은?

A: 오전 7시에 출발하는 다낭행 기차표 한 장 주세요.
B: 7시 표는 다 팔렸는데. 9시 표만 남아 있어.
A: 그러면 9시 표 주세요. 얼마죠?
B: 여기. 40만 동이야.

① 오전 9시 기차는 다 팔렸다.
② 다낭에서 기차를 갈아타야 한다.
③ 오후 7시 기차는 자리가 남아 있다.
④ 목적지까지의 차표 값은 사십만 동이다.
⑤ A는 기차를 타고 사이공에 가려고 한다.

정답: ④

⑰ 대화의 빈칸에 들어갈 말을 고르시오.

A: 안녕하세요, 선생님!

B: 안녕하세요. 앉아보세요. ______________ ?

A: 선생님, 머리가 아프고 어지럽고 기침이 나요.

B: 열이 있습니까?

A: 예, 조금 있어요.

① Sức khỏe của bà tốt lắm(당신의 건강이 아주 좋아요.)

② Sức khỏe của anh tốt chứ(자네 건강이 좋지?)

③ Sức khoẻ của anh làm sao(자네 건강이 어떤데?)

④ Sức khỏe của bà hơi có vấn đề(당신의 건강은 조금 문제가 있어요.)

⑤ Sức khỏe của ông rất nhiều vấn đề(당신의 건강은 아주 많은 문제가 있어요.)

정답: ③

⑱ 대화의 내용으로 알 수 있는 것을 고르시오.

A: 또안, 좀 나아졌니? 뭘 좀 먹을래? 퍼는 어때?

B: 고마워. 퍼 안 먹어. 바나나 좀 사다 줘.

A: 억지로라도 먹어야 돼. 오후에도 나아지지 않으면 병원에 가라.

B: 틀림없이 괜찮을 거야.

① A와 B는 애인관계다.

② B의 상태는 심각하다.

③ A는 퍼를 먹고 싶어한다.

④ A는 B를 입원시키려고 한다.

⑤ B는 바나나를 먹고 싶어한다.

정답: ⑤

⑲ 대화의 내용으로 알 수 있는 것을 고르시오.

A: 두 분 뭘 드시겠습니까?
B: 나는 오렌지 주스, 너는 뭘 마실래?
C: 나는 오렌지 주스가 싫어. 나는 뜨거운 커피를 마실래.
B: 오렌지 주스 한 잔과 따뜻한 커피 한 잔 주세요.
A: 바로 갖다 드리죠.

① B는 여성이다.
② B와 C는 친구 사이이다.
③ B는 뜨거운 커피를 좋아한다
④ C는 오렌지 주스를 좋아한다.
⑤ 음료를 주문하고 30분 정도 기다려야 한다.

정답: ② B와 C가 친구 사이라는 것은 상호간의 호칭(cậu, mình)을 통해서 알 수 있다.

⑳ 대화의 빈칸에 들어갈 말을 고르시오.

A: ____________________?
B: 사세요, 한 송이에 600동입니다.
A: 싱싱한 걸로 다섯 송이 골라주세요. 왜 많은 사람들이 사지요?
B: 내일이 베트남 스승의 날이기 때문이에요.
A: 그래요?

① Hoa hồng bán thế nào chị (장미 어떻게 팝니까?)
② Quần áo này bán thế nào chị(이 옷은 어떻게 팝니까?)
③ Quả dừa này bán thế nào chị(이 코코넛은 어떻게 팝니까?)
④ Cái nón này giá bao nhiêu chị(이 삿갓은 얼마입니까?)
⑤ Xe đạp màu hồng kia giá bao nhiêu chị(저 빨강색 자전거는 가격이 얼마입니까?)

정답: ①

21 대화의 내용으로 알 수 있는 것은?

A: 오늘 밤 학교 경음악 경연대회에 가니?
B: 아니, 나는 좋아하지 않아.
A: 어째서! 너 고전음악만 좋아하니?
B: 고전음악이나 민요도 괜찮아.

① A는 경음악을 좋아한다.
② A와 B는 음악을 전공하고 있다.
③ A는 경음악 경연대회에 참석한다.
④ B는 경음악 경연대회에 참석한다.
⑤ B는 고전음악이나 민요를 좋아한다.

정답: ⑤

22 대화의 내용과 일치하는 것을 고르시오.

A: 오늘 6월 초인데 날씨가 너무 덥지?
B: 그래, 아마 38도는 되는 것 같아.
A: 너 베트남에 오래 있었는데, 베트남 날씨는 어때?
B: 북부는 사계절이 있고, 봄은 따뜻하고, 여름은 습하고 아주 덥고, 가을은 시원하고 겨울은 너무 추워. 그리고 남부는 건기와 우기 두 계절만 있어.
A: 그래!

① 북부 베트남의 봄은 조금 덥다.
② 북부 베트남의 겨울은 아주 춥다.
③ 남부 베트남의 여름은 시원한 편이다.
④ 북부 베트남의 여름은 무덥지만 습도는 낮다.
⑤ 남부 베트남의 계절은 사계절 외에도 건기와 우기로 구분한다.

정답: ②

23 대화의 내용으로 보아 현재의 계절을 그림으로 표현한 것을 고르시오.

A: 안녕하세요, 어디 가세요?

B: 안녕, 두꺼운(겨울) 옷 사러 가.

A: 지금이 겨울인가요?

B: 아니! 아직 가을이지만 늦가을이라 날씨가 차가워. 다음 달이면 추워져.

① 여름

② 가을

③ 봄

④ 겨울

⑤ 우기

정답: ②

㉔ 대화의 내용으로 보아 오늘의 날씨는?

> A: 너 일기예보 들었어?
> B: 오늘 정오와 오후에 비가 온대.
> A: 그러면 비옷을 가져가. 춥니?
> B: 응. 바람이 불고 날씨가 차가워. 두꺼운 옷도 가져가야 해.

① 습하고 무덥다.
② 비가 오고 춥다.
③ 건조하고 시원하다.
④ 구름이 끼고 흐리다.
⑤ 바람이 불고 시원하다.

정답: ②

㉕ 초청장의 내용으로 알 수 있는 것을 고르시오.

> 초대합니다.
> 설을 맞이하여, ABC회사 사장단은 회사에 근무하다가 퇴직한 모든 분들을 회의실에서 열리는 우정의 모임에 정중히 초대합니다.
> 시간: 2월 5일 토요일(음력 섣달 25일) 오전 9시
> 여러분을 맞게 되어 영광입니다.

① 모임 날짜는 음력 섣달 25일이다.
② 모임 시간은 토요일 오전 11시이다.
③ 설 맞이 마을의 경로잔치 초청장이다.
④ ABC회사의 임직원을 초청한 내용이다.
⑤ ABC회사가 지역주민을 위한 기부행사 내용이다.

정답: ①

㉖ 대화의 내용으로 알 수 있는 것을 고르시오.

> A: 새해를 맞이해서 아람아 축하해. 행복하고 공부 잘 하기를 기원해.
>
> B: 고마워, 꽃이 너무 예뻐! 오늘 하 여기에서 우리와 같이 즐겁게 보내자.
>
> A: 됐어. 아람아 고마워. 다른 날에, 오늘은 바빠. 너희들 베트남에서 즐거운 설 쇠길 바래. 란언니도 아람에게 설을 축하하려고 했지만 바빠서 올 수 없었어. 언니는 틀림없이 오후에 올 거야.

① 아람이 하에게 꽃을 선물했다.

② 베트남의 설은 화려하고 즐겁다.

③ 외국에서 설을 지내는 아람은 고독하다.

④ 란 언니는 오후에 아람을 찾아올 것이다.

⑤ 오늘 하는 아람과 같이 시간을 보낼 것이다.

정답: ④

[27~30] 빈칸에 들어갈 말을 고르시오.

㉗ 안녕! ＿＿＿＿＿ 다시 만나자!

① sau(후)

② sớm(일찍)

③ ngay(바로)

④ nhanh(빨리)

⑤ muộn(늦은)

정답: ① '다음에 다시 만나자.'라는 말에서의 '다음' 또는 '후에'라는 단어를 찾는 문제이다. 이 경우에 ②, ③, ④는 사용되지 않는다.

㉘ ________ 얼마 뒤에 귀국합니까?

① Trong(안에)

② Vào(들어가다)

③ Hơn(~보다)

④ Còn(남아 있는)

⑤ Cả(모두)

정답: ④ 'Còn bao lâu nữa'는 '얼마나 더 있다가'라는 의미이다.

㉙ 종이 있어요? 한 ________ 주세요.

① giấy(종이)

② tờ(장)

③ tấm(장-사진, 합판)

④ miếng(조각)

⑤ quyển(권)

정답: ② 사물에 붙는 종별사를 구별하는 문제로 종이/신문에 대한 종별사는 'tờ'이다.

㉚ 또안은 가족 ________ 에서 가장 큰 아이다.

① của(~의)

② trong(내에, 안에)

③ trong số(~ 들 중)

④ giữa(가운데)

⑤ với(~와)

정답: ② 위치를 나타내는 부사의 쓰임을 아는 지를 묻는 문제이다. 정답은 '가족 내에서'의 '~안에'라는 단어인 'trong'이 정답이다.

베트남어 고득점 전략 실전문제풀이집

초판 인쇄 2015년 8월 20일
초판 발행 2015년 8월 25일

지은이 송정남

발행인 김인철
발행처 한국외국어대학교 지식출판원
02450 서울특별시 동대문구 이문로 107
전화 02)2173-2493~7
팩스 02)2173-3363
홈페이지 http://press.hufs.ac.kr
전자우편 press@hufs.ac.kr
출판등록 제6-6호(1969. 4. 30)
디자인 · 편집 디자인퍼브 02) 2254-4308
인쇄 · 제본 네오프린텍(주) 02)718-3111

ISBN 978-89-7464-116-0 53730 정가 19,800원(부록포함)

*잘못된 책은 교환하여 드립니다.

HUiNE은 한국외국어대학교 지식출판원의 어학도서, 사회과학도서, 지역학 도서 Sub Brand이다. 한국외대의 영문명인 HUFS, 현명한 국제전문가 양성(International +Intelligent)의 의미를 담고 있으며, 휴인(携引)의 뜻인 '이끌다, 끌고 나가다'라는 의미처럼 출판계를 이끄는 리더도서, 혁신의 이미지를 담고 있다.